실용
베트남어
읽기·쓰기

저자 최영란

머리말

1992년 한국과 베트남이 수교를 맺은 이래로, 한국과 베트남은 전략적 동반자로 성장하였으며, 특히 결혼, 유학, 노동 등 다양한 이유로의 인적 교류 활동이 활발히 진행되고 있습니다. 이처럼 양국 간의 왕래가 점점 더 잦아지는 이 시점에서 베트남과 좀 더 친밀한 관계로 발전해 가기를 원한다면 그들을 이해하려는 노력이 필요합니다. 베트남어를 통해 베트남과 베트남 사람들을 이해하고, 그들에게 한 걸음 더 다가갈 수 있기를 소망합니다.

본 교재는 KERIS(한국교육학술정보원)의 "2020년 성인 학습자 역량 강화 단기 교육과정 개발" 사업의 일환으로 사이버한국외국어대학교와 공동 개발한 '실용 베트남어 읽기·쓰기' 강의를 토대로 하여 집필되었습니다.

본 교재는 학습자가 베트남 문화와 관련된 글을 읽고, 이해하며, 베트남어로 다시 써보는 학습 방법을 통해 독해 능력과 쓰기 능력을 함께 향상할 수 있도록 구성되었습니다. 베트남 사람들, 행정구역, 교통수단, 음식 등 일상생활과 밀접한 생활문화부터 베트남 이야기, 예술, 음악 등 예술 문화까지 다양한 소재를 다루어 베트남어 학습자들에게 일상생활에 직접적인 도움은 물론 문학, 음악, 예술 등 다양한 이야깃거리를 통해 베트남 사람들과 좀 더 친밀한 유대관계를 가질 수 있는 발판이 되고자 하였습니다. 교재는 각 과마다 3개의 소주제로 나뉘어 있으며, 본문, 어휘, 본문 해석, 확인하기로 구성된 기존의 강의 교안에 본문 내용을 제대로 이해하고 있는지를 스스로 확인할 수 있는 질문을 추가하였습니다. 그리고 특히 시간 관계상 강의에서 소개하지 못한 내용에 대해서도

'알아두면 좋은 팁'을 통해 부연 설명을 한 부분도 교재의 장점이라 할만합니다. 또한 '확인하기'와 한글 해석을 보고 베트남어로 써보는 페이지를 통해 강의에서 취약했던 쓰기 영역을 보완하고자 하였습니다. 개인적으로 한국·베트남 수교 30주년이 되는 의미 있는 해에 책을 출판할 수 있게 되어 더욱 보람을 느끼며, 많은 베트남어 학습자들이 베트남어로 새로운 인생을 시작할 수 있기를 항상 응원하겠습니다.

끝으로 많은 분의 도움이 있었기에 이 책이 출간될 수 있었습니다. 특히 교재의 완성도를 높이는 데 큰 도움을 주신 한국외국어대학교 국제사회교육원의 Nguyễn Phương Lâm 교수님께 감사드립니다. 그리고 이 책을 기획하고 출판할 수 있도록 도움을 주신 한국외국어대학교 베트남·인도네시아 학부 임영호 교수님과 형설출판사 관계자분들께도 깊은 감사의 인사를 전합니다.

2022년 7월 저자

Contents

Bài 1 Người Việt Nam
1. 낀족과 소수 종족 08
2. 베트남 사람들의 이름과 성씨 16
3. 베트남 명함 살펴보기 24

Bài 2 Khu vực hành chính Việt Nam
1. 베트남 행정 단위 36
2. 하노이 44
3. 호찌민시 52

Bài 3 Những địa điểm du lịch nổi tiếng (1)
1. 할롱베이 64
2. 사빠 72
3. 다낭 80

Bài 4 Phương tiện giao thông
1. 교통수단 92
2. 씩로 100
3. 오토바이와 쌔옴 108

Bài 5 Ẩm thực Việt Nam
1. 지역별 음식 120
2. 퍼 128
3. 노점 136

Bài 6 Y phục Việt Nam
1. 아오자이 148
2. 아오바바 156
3. 아오뜨턴 164

Bài 7 Ngày lễ Việt Nam (1)
1. 뗏응우옌단 176
2. 바인쯩, 바인땟 184
3. 바인쯩, 바인저이 이야기 192

Bài 8 ÔN TẬP 1 204

Bài 9 Những địa điểm du lịch nổi tiếng (2)
1. 달랏 212
2. 무이네 220
3. 푸꾸옥 섬 228

Bài 10 Truyện cổ tích Việt Nam
1. 락롱꿴과 어우꺼 240
2. 용의 자손 선녀의 후손 248
3. 호그엄 전설 256

Bài 11 Ngày lễ Việt Nam (2)
1. 공휴일 268
2. 추석 276
3. 훙 왕 기일 284

Bài 12 Nghệ thuật Việt Nam
1. 수상인형극 296
2. 동호 그림 304
3. 뚜옹 312

Bài 13 Âm nhạc Việt Nam
1. 진군가 324
2. 꽌호 332
3. V-pop 340

Bài 14 Những điều kiêng kị của người Việt
1. 설날 금기 사항 352
2. 숫자 관련 금기 사항 360
3. 사업 금기 사항 368

Bài 15 ÔN TẬP 2 380

Bài 1

Người Việt Nam

―――――

베트남 사람들

1. 낀(Kinh)족과 소수 종족
2. 베트남 사람들의 이름과 성씨
3. 베트남 명함 살펴보기

낀(Kinh)족과 소수 종족

❶Theo số liệu Tổng điều tra dân số năm 2019, Việt Nam có ❷hơn 96 triệu người. ❸Với kết quả này, Việt Nam ❹là quốc gia đông dân thứ 15 ❺trên thế giới và đứng thứ 3 ❻trong khu vực Đông Nam Á.

Từ vựng 단어

số liệu	데이터	điều tra	조사하다
dân số	인구	kết quả	결과
quốc gia	나라, 국가	đông	붐비다
đứng	서다, 서있다	khu vực	구역, 지역

✏️ **글의 내용을 토대로 다음 질문에 답하세요.**

1 Theo số liệu Tổng điều tra dân số năm 2019, Việt Nam có bao nhiêu người?

_____

_____

2 Với kết quả này, Việt Nam là quốc gia đông dân thứ mấy trên thế giới?

_____

_____

3 Trong khu vực Đông Nam Á, Việt Nam đứng thứ mấy?

_____

_____

> **본문해석**
>
> 2019년 인구총조사데이터에 따르면 베트남에는 9천 6백만 명 이상이 있다. 이러한 결과로, 베트남은 세계 15위로 인구가 많은 국가이며, 동남아 지역에서는 3위다.

알아두면 좋은 팁

❶ theo + 명사로 써서 '~에 따르면'이라는 표현으로, 뒤에 나올 내용이 터무니없지 않고, 명사에 언급되어 있으며, 이에 근거를 두고 있음을 뜻합니다. 명사 위치에 인칭대명사를 쓰면, 그 사람의 생각, 의견을 나타내게 됩니다. 이때, 1인칭을 쓰면 '제 생각에는~'이라는 뜻으로, 자신의 의견이나 생각을 말해야 하는 상황에 쓸 수 있답니다.

❷ 흔히 '~보다 더'라는 비교 표현으로 많이 알고 계실 텐데요. hơn + 숫자로 쓰면 그 숫자를 넘는다는 표현입니다. 어떤 숫자에 가까운, 근접하긴 하지만 그 숫자를 넘지 않음을 나타낼 때는 hơn 대신 gần(가깝다)을 씁니다.

❸ 일반적으로 với + 인칭대명사로 써서 '~와/과 함께'의 의미입니다. 인칭대명사 대신 명사를 쓰면, '~(으)로, ~을/를 가지고'라는 뜻입니다.

❹ '~이다'의 뜻으로, 이름 묻고 답할 때 là 동사를 썼었죠. 그리고 본문에서는 '세계에서 15번째로 인구가 많은 국가가 베트남이다'라는 표현에서 là를 썼는데요, 이처럼 주어가 뒤에 설명하고 있는 내용과 동일한 경우 là로 연결합니다.

❺ '~위에'의 의미로 위치를 나타낼 때 씁니다. 우리가 지구 위에 살고 있으니까 thế giới(세계)라는 낱말 앞에 trên을 쓰는 것을 잊지 마세요.

❻ '~안에'의 의미로 위치를 나타낼 때 씁니다. 여기서는 어떤 범위 / 구역 내에 속해 있다는 의미로 쓰였습니다.

정답

1. Theo số liệu Tổng điều tra dân số năm 2019, Việt Nam có hơn 96 triệu người.
2. Với kết quả này, Việt Nam là quốc gia đông dân thứ 15 trên thế giới.
3. Trong khu vực Đông Nam Á, Việt Nam đứng thứ 3.

1. 낀(Kinh)족과 소수 종족

Việt Nam có tất cả ❶54 dân tộc. Dân tộc đông ❷nhất là dân tộc Kinh, sống chủ yếu ở đồng bằng, chiếm hơn 80% dân số. Các dân tộc thiểu số tiêu biểu là Tày, Thái, Mường, ❸v.v., sống tập trung ở miền núi và vùng sâu vùng xa.

Từ vựng 단어

dân tộc	민족, 종족	chủ yếu	주로, 주요하다
đồng bằng	평야, 들판	chiếm	차지하다, 점유하다
thiểu số	소수(小數)의	tiêu biểu	대표하다, 상징하다
tập trung	집중하다, 모이다	vùng sâu vùng xa	오지

✏️ **글의 내용을 토대로 다음 질문에 답하세요.**

1 Việt Nam có tất cả bao nhiêu dân tộc?

---

2 Dân tộc đông nhất là dân tộc nào, họ sống chủ yếu ở đâu?

---

3 Dân tộc Kinh chiếm bao nhiêu phần trăm dân số Việt Nam?

---

4 Các dân tộc thiểu số tiêu biểu là dân tộc nào?

---

5 Các dân tộc thiểu số sống tập trung ở đâu?

본문해석

베트남에는 총 54개의 종족이 있다. 가장 수가 많은 종족은 Kinh족이며, 주로 평야에 살고, 인구의 80% 이상을 차지하고 있다. 대표적인 소수 종족은 Tày, Thái, Mường 등이며, 산간 지대와 오지에 집중적으로 살고 있다.

알아두면 좋은 팁

① 베트남에는 54개의 종족이 살고 있습니다. 그 중 Kinh족(Việt족이라고도 부름)이 80% 이상을 차지하고 있기 때문에, 우리가 흔히 말하는 베트남 문화는 Việt족의 문화라 해도 과언이 아니랍니다.
② 형용사/부사 + nhất으로 써서 '가장 ~하다'라는 뜻인 최상급 표현입니다.
③ vân vân의 약자로 '등등, 기타등등'을 뜻하며, v.v. 대신 ...(말줄임표)를 쓸 수도 있습니다.

정답

1. Việt Nam có tất cả 54 dân tộc.
2. Dân tộc đông nhất là dân tộc Kinh, họ sống chủ yếu ở đồng bằng.
3. Dân tộc Kinh chiếm hơn 80% dân số Việt Nam.
4. Các dân tộc thiểu số tiêu biểu là dân tộc Tày, Thái, Mường, v.v..
5. Các dân tộc thiểu số sống tập trung ở miền núi và vùng sâu vùng xa.

확인학습

1 다음 낱말에 해당하는 베트남어에 선을 그어 연결해 보세요.

① 평야, 들판 •   • a đồng bằng

② 인구 •   • b quốc gia

③ 오지 •   • c số liệu

④ 국가, 나라 •   • d dân số

⑤ 데이터 •   • e vùng sâu vùng xa

2 다음 낱말을 어순에 맞게 배열해 보세요.

① dân tộc / 54 / Việt Nam / tất cả / có

② sống / dân tộc Kinh / ở / đồng bằng / chủ yếu

3 빈칸에 들어갈 말로 알맞은 낱말을 골라 쓰세요.

| hơn | theo | trên | trong | với |

_____ số liệu Tổng điều tra dân số năm 2019, Việt Nam có _____ 96 triệu người. _____ kết quả này, Việt Nam là quốc gia đông dân thứ 15 _____ thế giới và đứng thứ 3 _____ khu vực Đông Nam Á.

확인학습 정답

1. (1) – a, (2) – d, (3) – e, (4) – b, (5) – c

2. (1) Việt Nam có tất cả 54 dân tộc.
(2) Dân tộc Kinh sống chủ yếu ở đồng bằng.

3. Theo số liệu Tổng điều tra dân số năm 2019, Việt Nam có hơn 96 triệu người. Với kết quả này, Việt Nam là quốc gia đông dân thứ 15 trên thế giới và đứng thứ 3 trong khu vực Đông Nam Á.

베트남 사람들의 이름과 성씨

❶Họ phổ biến nhất của người Việt là họ Nguyễn. Theo một thống kê năm 2015 thì họ này chiếm khoảng ❷38,4% dân số Việt Nam. Xếp tiếp theo lần lượt là họ Trần, Lê, Phạm.

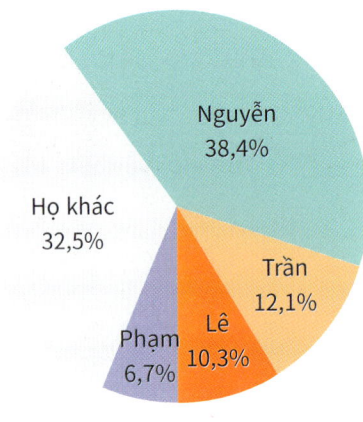

Từ vựng 단어

phổ biến	보편적인, 일반적인	thống kê	통계, 통계 내다
xếp	세우다, 정리하다	tiếp theo	다음, 이어서
lần lượt	순서대로, 차례대로		

✏️ **글의 내용을 토대로 다음 질문에 답하세요.**

1 Họ nào là họ phổ biến nhất của người Việt?

_____

2 Theo thống kê năm 2015, họ Nguyễn chiếm khoảng bao nhiêu phần trăm dân số Việt Nam?

_____

3 Xếp tiếp theo họ Nguyễn là những họ nào?

_____

> **본문해석**
>
> 베트남 사람들의 가장 보편적인 성씨는 Nguyễn씨다. 2015년 한 통계에 따르면 이 성씨는 베트남 인구의 약 38.4%를 차지하고 있는 것으로 나타났다. 그 뒤를 이은 성씨는 Trần씨, Lê씨, Phạm씨 순이다.

> **알아두면 좋은 팁**

❶ 3인칭 복수를 나타내는 '그들', '성씨'를 뜻하는 낱말로, 여기서는 '성씨'의 의미로 이해해야 합니다. 우리가 흔히 '이름'의 의미로 tên이라는 낱말을 쓰는데요, 이는 성씨와 이름 둘 다 지칭할 수도 있고, 성씨를 뺀 (부르는) 이름만을 지칭할 수도 있기 때문에 서류 등과 같이 성씨를 꼭 알아야 할 필요가 있는 경우에는 tên이 아닌 họ tên을 쏜답니다.

❷ 베트남에서는 숫자를 표기할 때 사용하는 ,(쉼표)와 .(점)의 쓰임이 우리와 반대입니다. 우리는 숫자를 세 자리씩 끊어 표기할 때 ,를 쓰는 반면 베트남에서는 .을 씁니다. 예를 들어 숫자 1000을 표기할 때 우리는 1,000으로 베트남에서는 1.000으로 씁니다. 그리고 본문처럼 소수점을 나타낼 때 우리는 .을 쓰지만, 베트남에서는 ,를 씁니다. 그리고 소수점은 ,(phẩy)라고 읽습니다. 예를 들어 0.5(영점오)를 베트남어로 표기하면 0,5(không phẩy năm)입니다. 본문에서는 38,4%이므로 ba mươi tám phẩy bốn phần trăm이라 읽으면 됩니다.

정답

1. Họ Nguyễn là họ phổ biến nhất của người Việt.

2. Theo thống kê năm 2015, họ Nguyễn chiếm khoảng 38,4% dân số Việt Nam.

3. Xếp tiếp theo lần lượt là họ Trần, Lê, Phạm.

2 베트남 사람들의 이름과 성씨

Tên của người Việt gồm có 3 thành phần chính: Họ + Tên đệm + Tên chính, ❶ví dụ: Nguyễn Văn Minh, Hoàng Tuyết Nhung, v.v.. Khi xưng hô, người Việt dùng tên chính, ví dụ như "anh Minh", "cô Nhung". Trước đây, để phân biệt giới tính, nam giới thường dùng ❷tên đệm là "Văn", còn nữ giới là "Thị".

Từ vựng 단어

gồm	포함하다, 구성되다	thành phần	성분
chính	주, 주요한	xưng hô	이름을 부르다, 호칭하다
phân biệt	구별하다, 식별하다	giới tính	성별

✏️ 글의 내용을 토대로 다음 질문에 답하세요.

1 Tên của người Việt gồm có mấy thành phần chính? Đó là những thành phần gì?

---

2 Khi xưng hô, người Việt dùng tên nào?

---

3 Trước đây, người Việt thường dùng tên đệm để làm gì? Nam giới thường dùng tên đệm là gì? Nữ giới thường dùng tên đệm là gì?

> **본문해석**
>
> 베트남 사람의 이름은 성씨 + 중간 이름 + 이름, 이렇게 세 개의 주 성분으로 구성되어 있으며, 그 예는 Nguyễn Văn Minh, Hoàng Tuyết Nhung 등이다. 부를 때, 베트남 사람들은 "Minh 형/오빠", "Nhung 선생님"과 같이 이름을 사용한다. 예전에는 성별을 구별하기 위해 남성은 주로 "Văn"을, 그리고 여성은 "Thị"를 중간 이름으로 사용했다.

> **알아두면 좋은 팁**
>
> ❶ 앞에 언급한 것들에 해당하는 예를 들 때 쓰는 표현입니다. : (hai chấm) 대신 ví dụ như là 〈~와/과 같은 예〉라는 표현을 쓸 수 있습니다.
> ❷ đệm은 앉거나 누울 자리에 쓰는 부드럽고 말랑말랑한 '메트리스', 충격을 줄이기 위해 혹은 벌어진 곳을 없애기 위해 사이에 넣는 '완충제'라는 뜻을 가지고 있습니다. 이를 토대로 어떤 목적을 가지고 어떠한 것의 사이, 중간에 추가해 넣는다는 의미로 이해하면 좋을 듯합니다. 여기에서는 '이름'이라는 tên과 함께 쓰였으니, 성과 이름 사이, 중간에 끼어 있는 이름, 즉 '중간 이름'으로 해석합니다. 본문에 언급한 바와 같이 옛날에는 tên đệm이 성별을 구분하기 위한 역할이 주를 이루었다면, 요즘에는 예쁜 이름, 좋은 의미의 이름을 위해 쓰는 경우가 많아졌고, 아예 tên đệm 없이 이름을 짓기도 한답니다.

정답

1. Tên của người Việt gồm có 3 thành phần chính. Đó là họ, tên đệm và tên chính.

2. Khi xưng hô, người Việt dùng tên chính.

3. Trước đây, người Việt thường dùng tên đệm để phân biệt giới tính. Nam giới thường dùng tên đệm là "Văn". Nữ giới thường dùng tên đệm là "Thị".

확인학습

1 다음 낱말에 해당하는 베트남어와 선을 그어 연결해 보세요.

① 성분 •   • a   giới tính

② 통계 •   • b   thành phần

③ 주, 주요한 •   • c   chính

④ 성별 •   • d   thống kê

⑤ 다음, 이어서 •   • e   tiếp theo

2 다음 낱말을 어순에 맞게 배열해 보세요.

① tên chính / xưng hô / dùng / người Việt / khi

_____

② người Việt / nhất / của / phổ biến / họ / là / họ Nguyễn

_____

3 빈칸에 들어갈 말로 알맞은 낱말을 골라 쓰세요.

> chiếm   gồm có   lần lượt   theo

_____ một thống kê năm 2015 thì họ Nguyễn _____ khoảng 38,4% dân số Việt Nam. Xếp tiếp theo _____ là họ Trần, Lê, Phạm. Tên của người Việt _____ 3 thành phần chính: Họ + Tên đệm + Tên chính.

확인학습 정답

1. (1) – b, (2) – d, (3) – c, (4) – a, (5) – e
2. (1) Khi xưng hô, người Việt dùng tên chính.
   (2) Họ phổ biến nhất của người Việt là họ Nguyễn. 또는 Họ Nguyễn là họ phổ biến nhất của người Việt.
3. Theo một thống kê năm 2015 thì họ Nguyễn chiếm khoảng 38,4% dân số Việt Nam. Xếp tiếp theo lần lượt là họ Trần, Lê, Phạm. Tên của người Việt gồm có 3 thành phần chính : Họ + Tên đệm + Tên chính.

3 베트남 명함 살펴보기

Khi gặp ❶ai đó ❷lần đầu tiên, chúng ta thường phải ❸tự giới thiệu về mình. ❹Ngày nay, ❺ngoài việc tự giới thiệu ❻bằng lời, người ta thường trao đổi ❼danh thiếp cho nhau khi ❽mới gặp mặt.

Từ vựng 단어

lần đầu tiên	처음	lời	말, (노래) 가사
trao đổi	교환하다, 교류하다	danh thiếp	명함

📝 글의 내용을 토대로 다음 질문에 답하세요.

1 Khi gặp ai đó lần đầu tiên, chúng ta thường phải làm gì?

2 Người ta thường tự giới thiệu bằng cách nào?

3 Ngày nay, ngoài việc tự giới thiệu bằng lời, người ta thường trao đổi gì cho nhau khi mới gặp mặt?

본문해석

누군가를 처음 만났을 때 우리는 보통 자신에 대해 소개해야 한다. 요즘, 처음 만났을 때 사람들은 말로 자기 자신을 소개하는 것 이외에 서로 명함을 교환한다.

알아두면 좋은 팁

❶ 의문사 + đó로 써서 불특정한 것을 나타내는 표현으로, 명사 + nào đó로 바꿔 쓸 수 있습니다. 본문에서는 ai(누구)와 함께 쓰여 '누군가'라는 뜻이며, người nào đó와 비슷합니다.

❷ '차례, 번'을 뜻하는 lần과 '처음의, 첫째의'라는 뜻의 đầu tiên을 함께 써서 '처음, 첫 번째'라는 표현입니다. 아직까지 경험해 보지 못하고 이번이 처음이라는 표현을 할 때 자주 쓸 수 있는 표현이므로 통째로 기억해 두면 좋습니다.

❸ tự + 동사로 써서 '스스로 ~하다'라는 뜻입니다. 다른 사람이 돕거나 대신 해주지 않고, 본인이 직접 하는 상황에 쓰는 표현입니다. 예를 들어, tự học은 가르쳐 주는 사람 없이 '스스로 공부하다, 자습하다'라는 뜻이며, '독학하다'라는 의미까지도 지니고 있습니다.

❹ '요즘, 오늘날'의 뜻으로, 현재의 의미를 지니고 있는 hiện tại와 비슷합니다. ngày nay의 nay에 성조 표기가 없음을 반드시 기억해야 합니다. 만약 ngày này로 쓰게 되면, ngày(날, 일) + này(지시 형용사)로 이해하여 '이 날'이라는 전혀 다른 표현이 됩니다.

❺ '밖, 외부'의 뜻을 가진 ngoài는 '~이외에'라는 의미로, ngoài A (ra), B로 써서 'A하는 것 이외에 B하기도 하다'의 표현입니다. 본문에서는 '말로 자기 소개를 하는 것 이외에 명함도 준다'는 뜻이죠.

❻ '증명서, ~과 같다(수평), ~로(수단)'의 다양한 의미를 지니는데, 여기에서는 '~로'라는 수단을 나타내는 표현으로 쓰였습니다.

❼ 직역하면 '이름(이 써진) 카드'입니다. 요즘에는 card visit 또는 이를 베트남어화한 cạc (các) vi dít이라는 낱말도 많이 사용하니 알아두세요.

❽ '새로운'이라는 의미의 mới는 mới + 동사로 써서 '막 ~했다'는 근접 과거를 나타냅니다. 과거를 나타내는 đã와 비슷하지만, 어떠한 행동을 한지 오래되지 않았음을 강조하고자 할 때 사용합니다.

정답

1. Khi gặp ai đó lần đầu tiên, chúng ta thường phải tự giới thiệu về mình.
2. Người ta thường tự giới thiệu bằng lời.
3. Ngày nay, ngoài việc tự giới thiệu bằng lời, người ta thường trao đổi danh thiếp cho nhau khi mới gặp mặt.

3 베트남 명함 살펴보기

❶ CÔNG TY CỔ PHẦN TẬP ĐOÀN
V_COFFEE

❷ Bộ phận Quảng bá
/Trưởng bộ phận

Lý Thị Tuyết Mai

❸ Địa chỉ: Tầng 11, toà nhà VN, 55 Phố Huế, Hà Nội
Điện thoại: (84.4) 333.4444 / FAX (84.4) 333.4545
❹ Di động: 0953.356.230
E-mail: tmvm@vcoffee.com

Từ vựng 단어

công ty cổ phần	주식회사	tập đoàn	그룹
bộ phận	부서, 부문	quảng bá	홍보하다
trưởng	~장, 우두머리	tầng	층
toà nhà	건물, 빌딩	di động	이동하다

글의 내용을 토대로 다음 질문에 답하세요.

1 Danh thiếp này là của ai?

---

2 Mai làm việc ở công ty nào?

---

3 Chức danh của Mai là gì?

---

4 Địa chỉ nơi làm việc của Mai ở đâu?

알아두면 좋은 팁

① '회사'를 뜻하는 công ty와 '주식'이라는 뜻의 cổ phần이 결합된 낱말로 '주식회사'라는 의미입니다. 우리는 '주식회사'를 줄여서 '(주)'라고 표현하지요? 마찬가지로 베트남어도 첫 음절을 따서 CTCP라고 줄여 씁니다. 단, 약어로 쓰여 있더라도 읽을 때는 công ty cổ phần이라고 읽는다는 점을 기억하세요.

② '부분, 부서'를 뜻하는 낱말로, 회사 명함인 것으로 보아 '부분'보다는 '부, 부서'로 이해하도록 합니다. 이와 비슷하게 '실', '팀'으로 구분하는 경우에는 phòng(방)과 nhóm(팀)을 활용합니다. 예를 들어 '홍보부'는 bộ phận quảng bá, '홍보실'은 phòng quảng bá, '홍보팀'은 nhóm quảng bá라고 합니다. 그리고 각 부서, 실, 팀을 이끄는 우두머리가 있죠? 여기에 해당하는 낱말은 '장, 우두머리'라는 trưởng을 활용하여 trưởng bộ phận은 '부서장', trưởng phòng은 '실장', trưởng nhóm은 '팀장'으로 하면 되겠죠?

③ '주소'를 뜻하는 낱말로, 집 주소, 회사 주소, 이메일 주소 등 모든 주소를 말합니다. địa chỉ 뒤에 nhà(집), công ty(회사), email 등을 붙여 구체적으로 말할 수도 있습니다. 그리고 한국에서는 시, 구, 동, 번지 등 넓은 범위에서 점점 좁은 범위 순으로 주소를 말하죠? 베트남은 우리와 반대로 số(번지), phường(동), quận(구), thành phố(시), quốc gia(국가)와 같이 좁은 범위에서 넓은 범위 순으로 말합니다. 본문에서는 회사 명함인 것으로 보아 địa chỉ가 회사 주소를 뜻하며, 회사는 하노이 후에거리 55 VN빌딩 11층에 위치하고 있음을 알 수 있습니다. 보통 '길, 도로'를 뜻하는 phố와 đường은 생략하고 도로명을 써도 되지만 본문의 도로명은 Huế(후에)라는 중부도시의 이름과 동일하기 때문에 반드시 phố를 써야함에 주의합니다.

④ '이동하다'의 뜻으로, 여기서는 앞에 điện thoại(전화)가 생략되어 있으며, '이동전화, 휴대전화'를 말합니다. 보통 '이동전화, 휴대전화'는 베트남어로 điện thoại di động이라 하며 ĐTDĐ으로 표기하기도 합니다. 모든 전화를 뜻하는 điện thoại도 ĐT로 줄여 쓸 수 있다는 것도 유추 가능하시죠?

정답

1. Danh thiếp này là của Lý Thị Tuyết Mai.
2. Mai làm việc ở công ty cổ phần tập đoàn V_COFFEE.
3. Chức danh của Mai là trưởng bộ phận.
4. Địa chỉ nơi làm việc của Mai ở Tầng 11, toà nhà VN, 55 Phố Huế, Hà Nội.

확인학습

1 다음 낱말에 해당하는 베트남어와 선을 그어 연결해 보세요.

① 교환하다, 교류하다 •　　　　　　　• a　toà nhà

② ~장, 우두머리 •　　　　　　　　　• b　danh thiếp

③ 명함 •　　　　　　　　　　　　　• c　tập đoàn

④ 그룹 •　　　　　　　　　　　　　• d　trao đổi

⑤ 건물, 빌딩 •　　　　　　　　　　• e　trưởng

2 다음 낱말을 어순에 맞게 배열해 보세요.

① thường / giới thiệu / phải / chúng ta / tự / về / mình

② người ta / cho nhau / trao đổi / thường / danh thiếp

3 빈칸에 들어갈 말로 알맞은 낱말을 골라 쓰세요.

| lần đầu tiên | mới | ngoài | về |

Khi gặp ai đó _____, chúng ta thường phải tự giới thiệu _____ mình. Ngày nay, _____ việc tự giới thiệu bằng lời, người ta thường trao đổi danh thiếp cho nhau khi _____ gặp mặt.

확인학습 정답

1. (1) – d, (2) – e, (3) – b, (4) – c, (5) – a

2. (1) Chúng ta thường phải tự giới thiệu về mình.
   (2) Người ta thường trao đổi danh thiếp cho nhau.

3. Khi gặp ai đó lần đầu tiên, chúng ta thường phải tự giới thiệu về mình. Ngày nay, ngoài việc tự giới thiệu bằng lời, người ta thường trao đổi danh thiếp cho nhau khi mới gặp mặt.

💬 학습한 내용을 생각하며 다음 한국어를 베트남어로 바꿔보세요.

2019년 인구총조사데이터에 따르면 베트남에는 9천 6백만 명 이상이 있다. 이러한 결과로 베트남은 세계 15위로 인구가 많은 국가이며, 동남아 지역에서는 3위다. 베트남에는 총 54개의 종족이 있다. 가장 수가 많은 종족은 Kinh족이며, 주로 평야에 살고, 인구의 80% 이상을 차지하고 있다. 대표적인 소수 종족은 Tày, Thái, Mường 등이며 산간 지대와 오지에 집중적으로 살고 있다.

베트남 사람들의 가장 보편적인 성씨는 Nguyễn씨다. 2015년 한 통계에 따르면 이 성씨는 베트남 인구의 약 38.4%를 차지하고 있는 것으로 나타났다. 그 뒤를 이은 성씨는 Trần씨, Lê씨, Phạm씨 순이다. 베트남 사람의 이름은 성씨 + 중간 이름 + 이름, 이렇게 세 개의 주 성분으로 구성되어 있으며, 그 예는 Nguyễn Văn Minh, Hoàng Tuyết Nhung 등이다. 부를 때, 베트남 사람들은 "Minh 형/오빠", "Nhung 선생님"과 같이 이름을 사용한다. 예전에는 성별을 구별하기 위해 남성은 주로 "Văn"을, 그리고 여성은 "Thị"를 중간 이름으로 사용했다.

누군가를 처음 만났을 때 우리는 보통 자신에 대해 소개해야 한다. 요즘, 처음 만났을 때 사람들은 말로 자기 자신을 소개하는 것 이외에 서로 명함을 교환한다.

V_COFFEE 그룹 주식회사

홍보부
/ 부서장

Lý Thị Tuyết Mai

주소: 하노이 Huế 거리 55 VN빌딩 11층
전화: (84.4) 333.4444 / FAX (84.4) 333.4545
휴대전화: 0953.356.230
E-mail: tmvm@vcoffee.com

Bài 2

Khu vực hành chính Việt Nam

베트남 행정 구역

1. 베트남 행정 단위
2. 하노이
3. 호찌민시

베트남 행정 단위

❶ Sau nhiều lần cải cách, đơn vị hành chính ❷ cao nhất ở Việt Nam là tỉnh và thành phố trực thuộc trung ương. ❸ Hiện nay, Việt Nam có ❹ tổng 63 tỉnh thành.

Từ vựng 단어

cải cách	개혁, 개혁하다	đơn vị	단위
hành chính	행정	tỉnh	성(省)
thành phố	도시, 시	trực thuộc	직속하다

✏️ 글의 내용을 토대로 다음 질문에 답하세요.

1 Sau nhiều lần cải cách, đơn vị hành chính cao nhất ở Việt Nam là gì?

---

2 Hiện nay, Việt Nam có tổng bao nhiêu tỉnh thành?

> **본문해석**
>
> 수차례의 개혁 이후, 베트남 최고 행정 단위는 성(省)과 중앙직속시다. 오늘날 베트남에는 총 63개의 성, (중앙직속)시가 있다.

알아두면 좋은 팁

❶ sau + 명사로 써서 '~이후'라는 표현입니다. 숫자 + lần은 '~번/회, ~차례'를 의미합니다. 우리말 어순과 동일하다는 것에 유의해야 합니다.

❷ 형용사 + nhất은 최상급 표현으로 '가장 ~ 하다'의 의미입니다. 글에서의 cao nhất은 '가장 높다'로 해석할 수 있으며, 한자어를 활용하여 '최고(最高)'라고 해석할 수 있습니다. 이와 마찬가지로 '최애(最愛)'라는 표현은 베트남어로 yêu nhất, thích nhất입니다.

❸ '요즘, 현재, 오늘날'이라는 뜻으로 현재 상황, 현재 상태 등을 나타낼 때 쓰는 표현입니다. 때에 따라 bây giờ(지금), dạo này (요즘) 등과 바꾸어 쓸 수도 있습니다.

❹ '전체'를 의미하며, tất cả와 동일합니다.

정답

1. Sau nhiều lần cải cách, đơn vị hành chính cao nhất ở Việt Nam là tỉnh và thành phố trực thuộc trung ương.
2. Hiện nay, Việt Nam có tổng 63 tỉnh thành.

1 베트남 행정 단위

❶Trong đó, ❷gồm 58 tỉnh và 5 thành phố trực thuộc trung ương. 5 thành phố trực thuộc trung ương là Hà Nội (thủ đô), ❸Thành phố Hồ Chí Minh, Hải Phòng, Đà Nẵng và Cần Thơ. Thủ đô Hà Nội và Thành phố Hồ Chí Minh ❹được xem là hai trung tâm kinh tế - xã hội đặc biệt quan trọng của đất nước.

Từ vựng 단어

thủ đô	수도	trung tâm	중심, 센터
kinh tế	경제	xã hội	사회
quan trọng	중요하다	đất nước	나라, 국토

✏️ **글의 내용을 토대로 다음 질문에 답하세요.**

1 63 tỉnh thành gồm những gì?

_____

2 5 thành phố trực thuộc trung ương là thành phố nào?

_____

3 Thủ đô Hà Nội và Thành phố Hồ Chí Minh được xem là gì?

_____

> **본문해석**
>
> 그 중 58개의 성과 5개의 중앙직속시가 있다. 5개의 중앙직속시는 하노이(수도), 호찌민시, 하이퐁, 다낭과 껀터이다. 수도 하노이와 호찌민시는 국가의 아주 중요한 경제, 사회 중심지로 간주된다.

> 알아두면 좋은 팁

❶ trong은 '안(쪽)'이라는 의미로, trong đó를 직역하면 '그 안에'라는 뜻입니다. 앞에서 여러 개를 언급한 경우, 그 중에 있는 것을 말하고자 할 때, trong đó라는 표현을 씁니다.

❷ '포함하다'라는 의미로, 구성 성분을 나타낼 때 씁니다. 앞에서 배운 gồm có와도 유사한 표현입니다.

❸ Hồ Chí Minh은 베트남 초대 국가 주석으로, 1976년 Hồ Chí Minh의 이름을 따 Sài Gòn을 Thành Phố Hồ Chí Minh으로 개명하게 되었습니다. 여기서 thành phố는 '도시, 시'를 의미하는데요, 도시명을 말할 때 다른 도시와는 다르게 thành phố를 생략할 수 없으며, thành phố의 첫 문자 T도 반드시 대문자로 표기해야 함을 꼭 기억하세요.

❹ '~라고 간주되다, 생각되다, 여기다'의 표현으로 được coi là, được cho là 등과 바꾸어 쓸 수 있습니다.

정답

1. 63 tỉnh thành gồm 58 tỉnh và 5 thành phố trực thuộc trung ương.

2. 5 thành phố trực thuộc trung ương là Hà Nội (thủ đô), Thành phố Hồ Chí Minh, Hải Phòng, Đà Nẵng và Cần Thơ.

3. Thủ đô Hà Nội và Thành phố Hồ Chí Minh được xem là hai trung tâm kinh tế - xã hội đặc biệt quan trọng của đất nước.

확인학습

1 다음 낱말에 해당하는 베트남어에 선을 그어 연결해 보세요.

① 수도 • • a tỉnh

② 개혁 • • b thủ đô

③ 나라, 국토 • • c đất nước

④ 성(省) • • d trực thuộc

⑤ 직속하다 • • e cải cách

2 다음 낱말을 어순에 맞게 배열해 보세요.

① 58 tỉnh / trong / trung ương / 5 thành phố / đó / gồm / trực thuộc / và

② Hà Nội / trung tâm kinh tế - xã hội / của / được xem là / quan trọng / đất nước

3 빈칸에 들어갈 말로 알맞은 낱말을 골라 쓰세요.

| đơn vị | nhất | sau | tỉnh thành |

_____ nhiều lần cải cách, _____ hành chính cao _____ ở Việt Nam là tỉnh và thành phố trực thuộc trung ương. Hiện nay, Việt Nam có tổng 63 _____.

확인학습 정답

1. (1) – b, (2) – e, (3) – c, (4) – a, (5) – d
2. (1) Trong đó, gồm 58 tỉnh và 5 thành phố trực thuộc trung ương. 또는 Trong đó, gồm 5 thành phố trực thuộc trung ương và 58 tỉnh.
   (2) Hà Nội được xem là trung tâm kinh tế - xã hội quan trọng của đất nước.
3. Sau nhiều lần cải cách, đơn vị hành chính cao nhất ở Việt Nam là tỉnh và thành phố trực thuộc trung ương. Hiện nay, Việt Nam có tổng 63 tỉnh thành.

2 하노이

Năm 1010, Lý Công Uẩn, vị vua đầu tiên của nhà Lý đã xây dựng kinh đô mới tại ❶Hà Nội ngày nay ❷với tên gọi là Thăng Long. Sau đó, các triều đại như Trần, Lê, Mạc đã tiếp tục phát triển Thăng Long thành kinh đô tráng lệ hơn. Đến thời nhà Nguyễn, vua Minh Mạng đã dời kinh đô về Huế. Từ đó, Thăng Long được ❸đổi tên thành Hà Nội (năm 1831).

Từ vựng 단어

xây dựng	건설하다, 세우다	kinh đô	(옛)수도
tên gọi	이름, ~라고 부르다	triều đại	왕조
phát triển	발전하다	thành	~이 되다, ~을 이루다
tráng lệ	웅장한, 성대한	dời	이사하다, 이전하다

✏️ 글의 내용을 토대로 다음 질문에 답하세요.

1   Vị vua đầu tiên của nhà Lý là ai?

2   Kinh đô mới mà Lý Công Uẩn xây dựng vào năm 1010 tại Hà Nội ngày nay tên là gì?

3   Đến thời nhà Nguyễn, vua Minh Mạng đã dời kinh đô về đâu?

4   Thăng Long được đổi tên thành Hà Nội vào năm nào?

본문해석

1010년 Lý 왕조의 초대 왕 Lý Công Uẩn은 Thăng Long이라는 이름으로 오늘날의 하노이에 새로운 수도를 세웠다. 그 후 Trần, Lê, Mạc과 같은 왕조는 Thăng Long을 계속 발전시켜 더욱 웅장한 수도로 만들었다. Nguyễn 왕조에 와서 Minh Mạng왕은 Huế로 수도를 옮겼다. 그때부터 Thăng Long은 Hà Nội로 개명되었다. (1831년)

알아두면 좋은 팁

❶ 1010년 Lý왕조의 최초의 왕인 Lý Công Uẩn이 수도를 세울 때의 이 곳의 지명이 Hà Nội가 아니라, 지금 현재 우리가 알고 있는 Hà Nội이므로 '현재의'라는 의미의 ngày nay를 반드시 써야 합니다.

❷ với tên gọi là + 이름으로 써서 '~라는 명칭/이름으로'의 의미입니다.

❸ đổi A thành B의 표현으로 'A를 B로 바꾸다/변경하다'라는 의미입니다. 이때 A를 생략하여 đổi thành B라고 쓸 수도 있으며, thành 대신 sang을 써도 뜻은 동일합니다.

정답

1. Vị vua đầu tiên của nhà Lý là Lý Công Uẩn.
2. Kinh đô mới mà Lý Công Uẩn xây dựng vào năm 1010 tại Hà Nội ngày nay tên là Thăng Long.
3. Đến thời nhà Nguyễn, vua Minh Mạng đã dời kinh đô về Huế.
4. Thăng Long được đổi tên thành Hà Nội vào năm 1831.

2 하노이

Hà Nội ❶nổi tiếng với nhiều địa điểm du lịch lịch sử như ❷Quảng trường Ba Đình, ❸Lăng Bác, ❹Văn Miếu - Quốc Tử Giám, ❺Hồ Gươm, v.v..

Từ vựng 단어

nổi tiếng	유명하다	địa điểm	지점, 장소
du lịch	여행, 여행하다	lịch sử	역사

✏️ 글의 내용을 토대로 다음 질문에 답하세요.

1 Hà Nội nổi tiếng với những địa điểm du lịch lịch sử nào?

> **본문해석**
> 하노이는 Quảng trường Ba Đình, Lăng Bác, Văn Miếu – Quốc Tử Giám, Hồ Gươm 등과 같은 수많은 역사 관광지로 유명하다.

알아두면 좋은 팁

① '~로 유명하다'라는 표현으로 với를 꼭 기억해 둡시다.

② 바딘 광장을 베트남어로 이렇게 표현합니다. quảng trường은 '광장'이라는 뜻이고, Ba Đình은 광장의 이름입니다. 1945년 호찌민이 독립선언서를 낭독했던 곳으로 매우 유명합니다.

③ lăng은 왕, 황제 등과 같이 높은 사람들의 시체를 모셔 두는 곳을 뜻하며, '능, 묘'로 해석할 수 있습니다. 그리고 bác은 '아저씨, 큰아버지, 큰어머니'를 의미하는데, 여기서는 '호찌민'을 말합니다. 따라서 lăng bác은 '아저씨의 무덤'이 아닌 '호찌민 묘'로 이해해야 합니다.

④ 문묘 – 국자감으로 공자를 모시는 '문묘'와 베트남 최초의 대학인 '국자감'이 함께 있는 유적지입니다. 1070년에 문묘가 세워졌고, 1076년에 국자감이 그 옆에 세워졌습니다.

⑤ hồ는 '호수'를 뜻하고, Gươm은 호수의 이름입니다. 원래 gươm은 '칼, 검(劍)'이라는 의미로, kiếm이라고도 합니다. 이 호수는 우리에게는 그엄 호수, 환검 호수, 호안 끼엠 호수로 잘 알려져 있습니다. Lê Lợi가 신검을 받아 명나라 군사를 물리치고 베트남을 승리로 이끈 뒤 뱃놀이를 하는 중 호수 밑에서 거북이가 올라와 그 신검을 물고 돌아갔다고 하여 호수 이름을 '환검 – 검을 돌려주다'으로 바꿨다는 설이 있습니다.

✏️ 정답

1. Hà Nội nổi tiếng với những địa điểm du lịch lịch sử như Quảng trường Ba Đình, Lăng Bác, Văn Miếu – Quốc Tử Giám, Hồ Gươm, v.v..

확인학습

1 다음 낱말에 해당하는 베트남어와 선을 그어 연결해 보세요.

① 왕조 • • a dời

② 유명하다 • • b nổi tiếng

③ 이사하다, 이전하다 • • c lịch sử

④ 발전하다 • • d phát triển

⑤ 역사 • • e triều đại

2 다음 낱말을 어순에 맞게 배열해 보세요.

① với / Quảng trường Ba Đình / Hà Nội / Hồ Gươm, v.v. / nổi tiếng

_____

② thành / từ đó / được / tên / Hà Nội / Thăng Long / đổi

_____

3 빈칸에 들어갈 말로 알맞은 낱말을 골라 쓰세요.

ngày nay   như   sau đó   thành

Năm 1010, Lý Công Uẩn đã xây dựng kinh đô mới tại Hà Nội _____ với tên gọi là Thăng Long. _____, các triều đại _____ Trần, Lê, Mạc đã tiếp tục phát triển Thăng Long _____ kinh đô tráng lệ hơn.

확인학습 정답

1. (1) – e, (2) – b, (3) – a, (4) – d, (5) – c
2. (1) Hà Nội nổi tiếng với Quảng trường Ba Đình, Hồ Gươm, v.v..
   (2) Từ đó, Thăng Long được đổi tên thành Hà Nội.
3. Năm 1010, Lý Công Uẩn đã xây dựng kinh đô mới tại Hà Nội ngày nay với tên gọi là Thăng Long. Sau đó, các triều đại như Trần, Lê, Mạc đã tiếp tục phát triển Thăng Long thành kinh đô tráng lệ hơn.

3 호찌민시

Năm 1975, ❶hai miền Nam - Bắc Việt Nam thống nhất. Sau đó, Sài Gòn được đổi tên thành "Thành phố Hồ Chí Minh" ❷theo tên Chủ tịch đầu tiên của nước Việt Nam Dân chủ Cộng hoà - Hồ Chí Minh.

Từ vựng 단어

thống nhất	통일하다	chủ tịch	(국가) 주석

✏️ **글의 내용을 토대로 다음 질문에 답하세요.**

1 Hai miền Nam - Bắc Việt Nam thống nhất vào năm nào?

_____

2 Sài Gòn được đổi tên thành "Thành phố Hồ Chí Minh" là theo tên của ai?

_____

3 Ai là Chủ tịch đầu tiên của nước Việt Nam Dân chủ Cộng hoà?

_____

본문해석

1975년 베트남 남 – 북 지역이 통일됐다. 그 후 Sài Gòn은 베트남 민주공화국의 초대 주석인 호찌민의 이름을 따서 "호찌민시"로 개명됐다.

Bài 2 Khu vực hành chính Việt Nam

알아두면 좋은 팁

❶ '베트남 남 – 북 지역'이라는 표현으로 베트남의 남쪽 지역과 북쪽 지역을 모두 일컫는 말입니다. 큰 범위의 지역을 나타내는 miền을 쓰는 경우 해당 지역의 첫 문자를 대문자 표기합니다. (예. miền Nam, miền Bắc Bộ 등등) 여기에서는 miền Nam Việt Nam và miền Bắc Việt Nam을 줄여 miền Nam – Bắc Việt Nam이라고 표현했으며, 두 지역임을 명확히 해주기 위해 hai (2)를 빠뜨리지 않도록 유의합니다. Nam과 Bắc의 순서를 바꿔 hai miền Bắc – Nam Việt Nam이라 쓸 수도 있습니다.

❷ '따르다, 뒤따르다'라는 의미의 theo를 써서 '~을/를/에 따라(서), ~을/를 따서'라는 표현입니다. Hồ Chí Minh이 tên Chủ tịch đầu tiên của nước Việt Nam Dân chủ Cộng hoà에 대한 부연 설명이므로 – 로 연결해 주었으며, – 대신 là를 쓸 수 있습니다. 호찌민은 1945년 바딘 광장에서 독립 선언문을 낭독하며, 베트남 민주 공화국(nước Việt Nam Dân chủ Cộng hoà)의 탄생을 선포했으며, 초대 국가 주석을 맡았습니다.

정답

1. Hai miền Nam – Bắc Việt Nam thống nhất vào năm 1975.

2. Sài Gòn được đổi tên thành "Thành phố Hồ Chí Minh" là theo tên của Hồ Chí Minh. 또는 Sài Gòn được đổi tên thành "Thành phố Hồ Chí Minh" là theo tên của Chủ tịch đầu tiên của nước Việt Nam Dân chủ Cộng hoà.

3. Hồ Chí Minh là Chủ tịch đầu tiên của nước Việt Nam Dân chủ Cộng hoà.

3 호찌민시

Với lịch sử phát triển hơn 300 năm, ❶thành phố ❷được biết đến với những công trình kiến trúc cổ, di tích lịch sử và hệ thống bảo tàng phong phú. ❸Ví dụ như ❹Bảo tàng Lịch sử Việt Nam, ❺Nhà thờ Đức Bà, ❻Bưu điện trung tâm, ❼Dinh Độc Lập và ❽chợ Bến Thành, v.v..

Từ vựng 단어

công trình kiến trúc	건축물	cổ	오래된, 옛날의
di tích	유적	hệ thống	체계, 시스템
bảo tàng	박물관	phong phú	풍부한

✏️ 글의 내용을 토대로 다음 질문에 답하세요.

1 Ở Thành phố Hồ Chí Minh có những di tích lịch sử hay công trình kiến trúc nào nổi tiếng?

> **본문해석**
>
> 300년 이상의 발전된 역사와 함께 도시는 오래된 건축물, 역사 유적과 풍부한 박물관 체계로 알려져 있다. 그 예로 베트남 역사 박물관, 성모마리아 성당, 중앙우체국, Dinh Độc Lập과 Bến Thành 시장 등이 있다.

알아두면 좋은 팁

❶ '시, 도시'라는 뜻인데, 여기서는 호찌민시에 관한 내용이므로 Thành phố Hồ Chí Minh 으로 이해해야 합니다.

❷ '~로 알려져 있다, 유명하다'의 표현으로 nổi tiếng với(~로 유명하다)와 비슷합니다. được biết với로 쓸 수도 있지만 được biết đến với로 쓰면 더 자연스럽습니다.

❸ 예를 들어 열거할 때 쓸 수 있는 표현으로 ví dụ : 로 쓰기도 합니다. '~을/를 예로 들 수 있다', '그 예로 ~이/가 있다'로 해석합니다.

❹ 베트남 역사 박물관으로, 1910년 프랑스 식민 정부가 건공했습니다. 당시 루이피노(Louis Finot) 박물관이라 이름 짓고 아시아 전역의 유물을 수집하여 전시하는 박물관으로 운영했으나, 베트남 사회주의 정부가 하노이를 점령한 이후인 1958년에 베트남 역사 박물관으로 이름을 바꿨습니다. 베트남 선사시대, 최초 건국부터 Trần 왕조, Hồ 왕조부터 1945년 8월 혁명까지, 참파(Chăm Pa) 조각 수집 전시실, 이렇게 4개 부문으로 구분지어 전시되어 있습니다.

❺ 성모 마리아 성당 또는 사이공 노틀담 성당이라고도 부릅니다. 1880년에 완공되었으며, 그 당시 붉은 벽돌, 시멘트, 철강은 물론 나사까지도 프랑스에서 직접 가져왔다고 합니다.

❻ 중앙우체국으로, 호찌민시를 대표하는 건축물 중 하나입니다. 약 1886 – 1891년에 프랑스 사람에 의해 건축되었는데, 서양의 건축 양식과 동양의 장식이 결합된 건축물로 현재는 우체국의 업무보다는 관광 명소로 유명합니다.

❼ 독립궁으로, 프랑스 식민 정부 시절에 지어졌을 때는 노로돔 궁(dinh Norodom)이라는 이름이었고, 베트남 전쟁 당시에는 미군의 작전 본부로 사용되기도 했습니다. 1976년 이후 통일회장(Hội trường Thống Nhất)이라는 이름으로 불렸는데, '궁'을 나타내는 dinh과 '통일'을 나타내는 Thống Nhất을 함께 쓴 통일궁(Dinh Thống Nhất)이라고도 합니다.

❽ 벤탄 시장으로, 호찌민시를 대표하는 시장입니다. 1914년 프랑스 식민 정부 시절에 문을 열어 100년 이상의 전통 있는 시장이라 할 수 있습니다. 여기서 chợ는 (재래)시장을 뜻합니다. 동대문 시장, 남대문 시장 등을 베트남 사람들에게 소개할 때도 chợ Dongdaemun, chợ Namdaemun으로 활용해 볼 수 있겠지요? 그리고 우리가 흔히 가는 마트는 siêu thị라는 단어를 쓴답니다.

🖉 정답

1. Thành phố Hồ Chí Minh có những công trình kiến trúc cổ và di tích lịch sử nổi tiếng như Bảo tàng Lịch sử Việt Nam, Nhà thờ Đức Bà, Bưu điện trung tâm, Dinh Độc Lập và chợ Bến Thành, v.v..

확인학습

1 다음 낱말에 해당하는 베트남어와 선을 그어 연결해 보세요.

① 체계, 시스템 •　　　　　　　• a chủ tịch

② 박물관 •　　　　　　　　　• b phong phú

③ (국가) 주석 •　　　　　　　• c miền

④ 지역 •　　　　　　　　　　• d hệ thống

⑤ 풍부한 •　　　　　　　　　• e bảo tàng

2 다음 낱말을 어순에 맞게 배열해 보세요.

① hai / Nam - Bắc / thống nhất / Việt Nam / miền / năm 1975

② được / Thành phố Hồ Chí Minh / đổi / Sài Gòn / thành / tên / sau đó

3 빈칸에 들어갈 말로 알맞은 낱말을 골라 쓰세요.

> công trình   hơn   như   với

_____ lịch sử phát triển _____ 300 năm, thành phố được biết đến với những _____ kiến trúc cổ, di tích lịch sử và hệ thống bảo tàng phong phú. Ví dụ _____ Bảo tàng Lịch sử Việt Nam, Nhà thờ Đức Bà, v.v..

확인학습 정답

1. (1) – d, (2) – e, (3) – a, (4) – c, (5) – b

2. (1) Năm 1975, hai miền Nam - Bắc Việt Nam thống nhất.
    (2) Sau đó, Sài Gòn được đổi tên thành Thành phố Hồ Chí Minh.

3. <u>Với</u> lịch sử phát triển <u>hơn</u> 300 năm, thành phố được biết đến với những <u>công trình</u> kiến trúc cổ, di tích lịch sử và hệ thống bảo tàng phong phú. Ví dụ <u>như</u> Bảo tàng Lịch sử Việt Nam, Nhà thờ Đức Bà, v.v..

💬 **학습한 내용을 생각하며 다음 한국어를 베트남어로 바꿔보세요.**

수차례의 개혁 이후, 베트남 최고 행정 단위는 성(省)과 중앙직속시다. 오늘날 베트남에는 총 63개의 성, (중앙직속)시가 있다. 그 중 58개의 성과 5개의 중앙직속시가 있다. 5개의 중앙직속시는 하노이(수도), 호찌민시, 하이퐁, 다낭과 껀터이다. 수도 하노이와 호찌민시는 국가의 아주 중요한 경제, 사회 중심지로 간주된다.

_____

_____

_____

_____

1010년 Lý 왕조의 초대 왕 Lý Công Uẩn은 Thăng Long라는 이름으로 오늘날의 하노이에 새로운 수도를 세웠다. 그 후 Trần, Lê, Mạc과 같은 왕조는 Thăng Long을 계속 발전시켜 더욱 웅장한 수도로 만들었다. Nguyễn 왕조에 와서 Minh Mạng왕은 Huế로 수도를 옮겼다. 그때부터 Thăng Long은 Hà Nội로 개명되었다.(1831년) 하노이는 Quảng trường Ba Đình, Lăng Bác, Văn Miếu - Quốc Tử Giám, Hồ Gươm 등과 같은 수많은 역사 관광지로 유명하다.

1975년 베트남 남 - 북 지역이 통일됐다. 그 후 Sài Gòn은 베트남 민주공화국의 초대 주석인 호찌민의 이름을 따서 "호찌민시"로 개명됐다. 300년 이상의 발전된 역사와 함께 도시는 오래된 건축물, 역사 유적과 풍부한 박물관 체계로 알려져 있다. 그 예로 베트남 역사 박물관, 성모마리아 성당, 중앙우체국, Dinh Độc Lập과 Bến Thành 시장 등이 있다.

Bài 3

Những địa điểm du lịch nổi tiếng (1)

주요 관광지 (1)

1. 할롱베이(Vịnh Hạ Long)
2. 사빠(Sa Pa)
3. 다낭(Đà Nẵng)

할롱베이 (Vịnh Hạ Long)

Việt Nam ❶nổi tiếng với vịnh Hạ Long, một trong 7 Kỳ quan Thiên nhiên mới của thế giới. Nơi đây ❷được ❸UNESCO hai lần công nhận là Di sản thiên nhiên thế giới. Vịnh Hạ Long ❹nằm ở tỉnh Quảng Ninh, ❺cách thủ đô Hà Nội 165 km.

Từ vựng 단어

vịnh	만(灣), 해협	kỳ quan	경관, 불가사의
thiên nhiên	천연, 자연	công nhận	승인하다, 인정하다
di sản	유산	nằm ở	~에 위치하다

✏️ **글의 내용을 토대로 다음 질문에 답하세요.**

1 Việt Nam nổi tiếng với vịnh nào?

2 Vịnh Hạ Long được UNESCO công nhận là gì?

3 Vịnh Hạ Long đã được UNESCO công nhận mấy lần?

4 Vịnh Hạ Long nằm ở tỉnh nào?

5 Vịnh Hạ Long cách thủ đô Hà Nội bao xa?

본문해석

베트남은 세계7대 신자연경관 중 하나인 할롱베이로 유명하다. 이곳은 UNESCO로부터 세계 자연 유산으로 두 차례 인정받았다. 할롱베이는 Quảng Ninh성에 위치하고 있으며, 수도 하노이로부터 165km 떨어져 있다.

알아두면 좋은 팁

❶ '~로 유명하다'라는 표현으로 연결사는 với를 씁니다. '~로'라는 것에 현혹되어 앞에서 배웠던 수단을 나타내는 bằng을 쓰지 않도록 주의합니다.

❷ được + (주어) + 동사로 써서 '주어로부터 동사하는 것을 받았다', 즉 '주어가 동사해주다'라는 뜻입니다. 이 때, được은 긍정적이고 좋은 상황에 쓰며, 이와 반대의 경우에는 bị를 쓴답니다. 본문에서는 vịnh Hạ Long이라는 곳이 UNESCO로부터 세계 자연 유산이라고 2회 인정받았다로 표현했으며, 주어를 UNESCO로 바꿔 UNESCO hai lần công nhận nơi đây là Di sản thiên nhiên thế giới.(UNESCO가 이곳을 세계 자연 유산이라고 2회 인정했다.)로 쓸 수도 있습니다.

❸ 국제연합 교육과학문화기구로 인류가 보존 보호해야할 문화, 자연유산을 세계유산으로 지정하여 보호합니다. 베트남어로는 Tổ chức Giáo dục, Khoa học và Văn hoá Liên Hợp Quốc인데, 영문인 UNESCO를 일반적으로 많이 씁니다.

❹ nằm(눕다)과 ở(~에, ~에서)를 함께 써서 존재하는 위치를 나타내며, '~에 있다, ~에 위치하다'로 해석합니다.

❺ '먼, 떨어진'이라는 의미로, 장소를 나타내는 말과 함께 쓰여 간격을 표현합니다. cách + 장소 + 숫자 + 단위명사로 써서 '~로부터 ~만큼 떨어져있다'라는 뜻입니다.

정답

1. Việt Nam nổi tiếng với vịnh Hạ Long.
2. Vịnh Hạ Long được UNESCO công nhận là Di sản thiên nhiên thế giới.
3. Vịnh Hạ Long được UNESCO công nhận 2 lần.
4. Vịnh Hạ Long nằm ở tỉnh Quảng Ninh.
5. Vịnh Hạ Long cách thủ đô Hà Nội 165 km.

1 할롱베이 (Vịnh Hạ Long)

Hạ Long ❶có nghĩa là "Rồng xuống". Tên gọi này ❷gắn liền với truyền thuyết về nguồn gốc "Con Rồng, cháu Tiên" của dân tộc Việt. Các kỳ quan tiêu biểu của Hạ Long là ❸hang Sửng Sốt, ❹động Thiên Cung, ❺đảo Ti Tốp, v.v. thu hút nhiều khách du lịch trong và ngoài nước.

Từ vựng 단어

nghĩa	의미, 뜻	rồng	용(龍)
gắn liền với	~와 밀접하다	truyền thuyết	전설
nguồn gốc	원천, 기원	tiên	요정, 선녀
hang (động)	동굴	thu hút	끌어들이다

글의 내용을 토대로 다음 질문에 답하세요.

1 Hạ Long có nghĩa là gì?

___

2 Tên gọi này gắn liền với truyền thuyết về gì?

___

3 Hạ Long có những kỳ quan tiêu biểu gì?

___

> **본문해석**
>
> Hạ Long은 "용이 내려오다"라는 뜻이다. 이 명칭은 베트남 민족의 기원인 "용의 자손, 선녀의 후손"에 관한 전설과 밀접하다. Hạ Long의 대표적인 경관은 Sửng Sốt 동굴, Thiên Cung 동굴, Ti Tốp 섬 등으로, 국내외의 많은 여행객들을 끌어들인다.

알아두면 좋은 팁

① '~라는 의미를 지니다, ~라는 뜻이다'라는 표현으로, A có nghĩa là B로 씁니다. 어떤 낱말이 지니고 있는 의미, 뜻에 대해 설명할 때 쓸 수 있도록 통째로 외워둡시다.

② gắn liền은 '서로 밀착된, 긴밀한, 밀접한'의 뜻으로 '~와/과 밀접하다, 긴밀하다'라는 표현에는 연결사 với를 쓴답니다. 원래 với가 '~와/과 함께, ~랑'의 의미잖아요. 그래서 '~랑 밀접하다, ~와 함께 밀착되어 있다' 등으로 생각하면 쉽게 với로 연결할 수 있을거예요.

③ hang은 땅이나 돌에 자연적으로 또는 그를 파서 만든 굴을 뜻합니다. Sửng Sốt은 '놀라다, 기가 막히다'의 의미로, 해석하자면 '기가 막힌, 놀라운 동굴'입니다. 이곳은 할롱베이에서 가장 큰 석회암 동굴로, 좁은 입구로 인해 동굴의 규모가 아주 작을 거라고 생각하지만 조금 더 들어가보면 상상도 못할 정도로 넓고 아름다운 곳이 나타나 놀라움을 금치 못한다고 하여 이런 이름이 붙여졌답니다.

④ động은 산 위에 있는 깊고 넓은 굴을 뜻합니다. Thiên Cung은 '전설 속에 나오는 하늘에 있는 상상의 궁전, 천궁'의 의미로, 해석하자면 '천궁 동굴'입니다. 이곳은 할롱베이에서 가장 아름다운 동굴로, 1993년에 관광지로 개발이 되었고, 동굴 안으로 한 줄기 빛이 들어와 천국처럼 신비함을 자아낸다하여 이렇게 부른답니다.

⑤ 19세기 말에 Cát Nàng이라는 이름이었는데, 1962년 11월 22일 호찌민 주석이 구 소련의 우주비행사 게르만 티토프(Titov)와 함께 이곳을 방문하였고 이를 기념하기 위해 호 주석이 이 섬에 Ti Tốp이라는 이름을 붙였다고 합니다. 여기에 와서 10분 가량 계단을 오르면 하롱베이의 전경을 감상할 수 있어요.

정답

1. Hạ Long có nghĩa là "Rồng xuống".
2. Tên gọi này gắn liền với truyền thuyết về nguồn gốc "Con Rồng, cháu Tiên" của dân tộc Việt.
3. Các kỳ quan tiêu biểu của Hạ Long là hang Sửng Sốt, động Thiên Cung, đảo Ti Tốp, v.v..

확인학습

1 다음 낱말에 해당하는 베트남어에 선을 그어 연결해 보세요.

① 의미, 뜻 •　　　　　　　　• a rồng

② 승인하다, 인정하다 •　　　　• b nghĩa

③ 용(龍) •　　　　　　　　• c công nhận

④ 경관, 불가사의 •　　　　　• d kỳ quan

⑤ 동굴 •　　　　　　　　　• e hang (động)

2 다음 낱말을 어순에 맞게 배열해 보세요.

① Hạ Long / nằm ở / vịnh / tỉnh / Quảng Ninh

② Kỳ quan / của / Hạ Long / thế giới / bảy / một / thiên nhiên / trong / mới / là

3 빈칸에 들어갈 말로 알맞은 낱말을 골라 쓰세요.

| trong | tên gọi | tiêu biểu | có nghĩa là |

Hạ Long _____ "Rồng xuống". _____ này gắn liền với truyền thuyết về nguồn gốc "Con Rồng, cháu Tiên" của dân tộc Việt. Các kỳ quan _____ của Hạ Long thu hút nhiều khách du lịch _____ và ngoài nước.

확인학습 정답

1. (1) – b, (2) – c, (3) – a, (4) – d, (5) – e
2. (1) Vịnh Hạ Long nằm ở tỉnh Quảng Ninh.
   (2) Hạ Long là một trong bảy Kỳ quan thiên nhiên mới của thế giới.
3. Hạ Long có nghĩa là "Rồng xuống". Tên gọi này gắn liền với truyền thuyết về nguồn gốc "Con Rồng, cháu Tiên" của dân tộc Việt. Các kỳ quan tiêu biểu của Hạ Long thu hút nhiều khách du lịch trong và ngoài nước.

2 사빠(Sa Pa)

Cách Hà Nội khoảng 370 km, Sa Pa nằm ở vùng Tây Bắc của Việt Nam. Sa Pa ①có độ cao trung bình khoảng ②1.500 m – 1.800 m so với ③mực nước biển. ④Do địa hình cao, không khí Sa Pa mát mẻ quanh năm. Sa Pa là ⑤một trong những địa điểm có tuyết rơi ⑥tại Việt Nam.

Từ vựng 단어

độ cao	고도	trung bình	평균
so với	~에 비하여, ~과 비교하여	mực nước biển	해수면
địa hình	지형	không khí	공기, 분위기
quanh năm	1년 내내	tuyết	눈(雪)

✏️ **글의 내용을 토대로 다음 질문에 답하세요.**

1 Sa Pa cách Hà Nội bao xa?

---

2 Sa Pa nằm ở vùng nào?

---

3 Sa Pa có độ cao trung bình khoảng bao nhiêu so với mực nước biển?

---

4 Do địa hình cao, không khí Sa Pa thế nào?

---

5 Ở Sa Pa có tuyết rơi không?

> **본문해석**
>
> 하노이에서 대략 370km 떨어진 Sa Pa는 베트남의 북서부 지역에 위치하고 있다. Sa Pa는 해수면에 비해 평균고도가 대략 약 1,500m - 1,800m 정도이다. 높은 지형으로 인해 Sa Pa의 공기는 1년 내내 선선하다. Sa Pa는 베트남에서 눈이 내리는 지역 중 하나다.

알아두면 좋은 팁

① '있다, 가지다'의 의미로, 여기에서는 có độ cao는 '높이를 가지고 있다, 높이에 있다, 높이이다'라는 표현입니다. 자칫 '~이다'로 생각하여 동사 là를 쓰기도 하는데요, là는 앞에 언급한 것과 뒤에 설명하고 있는 내용이 동일할 때 쓰는 낱말입니다. 즉, Sa Pa là độ cao trung bình khoảng 1.500 m − 1.800 m so với mực nước biển.이라는 문장은 Sa Pa = độ cao trung bình ~의 의미로, Sa Pa와 평균고도를 동일하게 간주하고 있으므로 옳지 않은 문장입니다. Sa Pa는 베트남의 북서부에 위치하는 지역의 명칭으로 평균 고도가 아니기 때문이죠.

② 앞서 설명한 바와 같이 숫자의 자릿수를 구분하기 위해 사용하는 ,(쉼표)와 .(점)이 우리나라와 반대입니다. 한국어에서는 세 자릿수마다 ,로 구분하는 반면 베트남어에서는 .으로 구분하는 것을 다시 한 번 기억하세요.

③ '해수면'을 나타내는 낱말로, mức nước biển, mực mặt nước biển, mức mặt nước biển이라고도 합니다. 여기서의 mặt은 '얼굴'이 아닌 '표면'의 뜻입니다.

④ '~에 의해서'라는 뜻으로 뒤에 언급할 내용이 어떠한 일의 원인임을 나타냅니다. bởi, bởi vì, vì와 비슷합니다.

⑤ một trong những + 명사로 써서 '~들 중 하나'라는 표현입니다.

⑥ ở와 비슷하지만, 어떠한 행동, 사건이 일어나는 곳이 바로 이 장소라고 더 강조하는 느낌을 준답니다.

정답

1. Sa Pa cách Hà Nội khoảng 370 km.
2. Sa Pa nằm ở vùng Tây Bắc của Việt Nam.
3. Sa Pa có độ cao trung bình khoảng 1.500 m − 1.800 m so với mực nước biển.
4. Do địa hình cao, không khí Sa Pa mát mẻ quanh năm.
5. Có, Sa Pa là một trong những địa điểm có tuyết rơi tại Việt Nam.

2 사빠(Sa Pa)

Sa Pa có nhiều cảnh đẹp ❶ tự nhiên ❷ như ❸ thác Bạc ❹ cao khoảng 200 m, đỉnh núi cao nhất Việt Nam - ❺ Phan Xi Păng, v.v..

Từ vựng 단어

cảnh đẹp	아름다운 풍경, 경치	tự nhiên	자연의, 자연 그대로의
thác	폭포	đỉnh núi	정상, 꼭대기

✏️ 글의 내용을 토대로 다음 질문에 답하세요.

1 Sa Pa có cảnh đẹp tự nhiên nào?

_____

2 Thác Bạc ở Sa Pa cao bao nhiêu mét?

_____

3 Đỉnh núi cao nhất Việt Nam là núi nào?

_____

> **본문해석**
>
> Sa Pa에는 약 200m 높이의 Bạc 폭포, 베트남에서 가장 높은 산인 Phan Xi Păng 등과 같은 아름다운 자연 경관이 많이 있다.

❶ '인공적이지 않은, 자연스러운'의 뜻으로, 여기서는 '천연, 자연'을 뜻하는 thiên nhiên으로 바꿔 쓸 수 있습니다.

❷ '~처럼, ~와/과 같이'라는 의미로 비유를 나타내는 như가 본문에서는 예를 들어 나열하는 표현으로 쓰였습니다. ví dụ như (là)로 바꿔 쓸 수 있습니다.

❸ 해발고도 1,800m에서 시작하는 이 폭포는 그 높이가 200m에 달하며, 물줄기가 꽃처럼 하얀 물거품을 일며 떨어진다고 하여 thác Bạc이라 불렀다고 합니다. Bạc은 '은(silver), 하얗다'의 뜻입니다.

❹ '높은, 큰'의 의미입니다. 단독으로 써도 되고, 앞에서 배운 có độ cao(~ 높이이다)로 쓸 수도 있습니다.

❺ Fansipan 또는 Pan Si Păng이라고도 부르는 이 산은 3,143m로 베트남에서 가장 높을 뿐만 아니라, 인도차이나 반도(베트남, 라오스, 캄보디아)에서도 최고봉이어서 Nóc nhà Đông Dương(인도차이나의 지붕)이라고 부르기도 합니다. 2016년에 정상까지 오를 수 있는 케이블카가 생겨 누구나 쉽게 정상에 오를 수 있답니다.

🖉 **정답**

1. Sa Pa có nhiều cảnh đẹp tự nhiên như thác Bạc, núi Phan Xi Păng, v.v..

2. Thác Bạc cao khoảng 200 m.

3. Đỉnh núi cao nhất Việt Nam là núi Phan Xi Păng.

확인학습

1 다음 낱말에 해당하는 베트남어와 선을 그어 연결해 보세요.

① 폭포 • • a trung bình

② 평균 • • b không khí

③ 눈 • • c địa hình

④ 공기, 분위기 • • d tuyết

⑤ 지형 • • e thác

2 다음 낱말을 어순에 맞게 배열해 보세요.

① có / tự nhiên / Sa Pa / nhiều / cảnh đẹp

② tuyết / Sa Pa / địa điểm / một / là / những / rơi / trong / có

3 빈칸에 들어갈 말로 알맞은 낱말을 골라 쓰세요.

> do   cách   vùng   so với

_____ Hà Nội khoảng 370 km, Sa Pa nằm ở _____ Tây Bắc của Việt Nam. Sa Pa có độ cao trung bình khoảng 1.500 m - 1.800 m _____ mực nước biển. _____ địa hình cao, không khí Sa Pa mát mẻ quanh năm.

확인학습 정답

1. (1) – e, (2) – a, (3) – d, (4) – b, (5) – c
2. (1) Sa Pa có nhiều cảnh đẹp tự nhiên.
   (2) Sa Pa là một trong những địa điểm có tuyết rơi.
3. Cách Hà Nội khoảng 370 km, Sa Pa nằm ở vùng Tây Bắc của Việt Nam. Sa Pa có độ cao trung bình khoảng 1.500 m – 1.800 m so với mực nước biển. Do địa hình cao, không khí Sa Pa mát mẻ quanh năm.

3 다낭(Đà Nẵng)

Thành phố biển Đà Nẵng nằm ở miền Trung Việt Nam. Theo ❶ngôn ngữ Chăm, ❷địa danh Đà Nẵng có nghĩa là "sông lớn", "cửa sông lớn".

Từ vựng 단어

ngôn ngữ 언어   địa danh 지명(地名)

✏️ 글의 내용을 토대로 다음 질문에 답하세요.

1 Thành phố biển Đà Nẵng nằm ở miền nào?

_____

2 Theo ngôn ngữ Chăm, địa danh Đà Nẵng có nghĩa là gì?

_____

> **본문해석**
>
> 해변도시 Đà Nẵng은 베트남의 중부 지역에 위치하고 있다. Chăm족의 언어에 따르면, Đà Nẵng 이라는 지명은 "큰 강", "큰 강의 문(입구)"이라는 뜻이다.

알아두면 좋은 팁

❶ '언어, 말'이라는 의미로 ngôn ngữ 대신 tiếng을 써도 됩니다. 베트남의 소수 종족은 그들만의 고유의 언어가 있고, ngôn ngữ Chăm은 예전에는 베트남 중부 지역에 있는 Chăm Pa(참파) 왕국의 언어를 뜻했으며, 지금은 베트남을 비롯한 동남아시아에 살고 있는 Chăm 족의 언어를 뜻합니다.

❷ '이름'을 뜻하는 tên 또는 '명칭'을 뜻하는 tên gọi를 써도 의미가 통합니다. 그러나 Đà Nẵng이 어떤 지역의 이름임을 명확히 하기 위해서는 '마을이나 지방, 산천, 지역 등 땅에 붙여진 이름'을 뜻하는 địa danh을 쓰는 것이 좋습니다.

정답

1. Thành phố biển Đà Nẵng nằm ở miềm Trung Việt Nam.
2. Theo ngôn ngữ Chăm, địa danh Đà Nẵng có nghĩa là "sông lớn", "cửa sông lớn".

3 다낭(Đà Nẵng)

Đà Nẵng có ❶ gần 70 km bờ biển với nhiều bãi tắm đẹp, quanh năm chan hoà ánh nắng như ❷ bãi biển Mỹ Khê. Thành phố có nhiều điểm du lịch hấp dẫn như ❸ Ngũ Hành Sơn, ❹ khu nghỉ mát Bà Nà, v.v.. ❺ Đặc biệt, ❻ lễ hội pháo hoa quốc tế được tổ chức ❼ hai năm một lần là sự kiện văn hoá - du lịch độc đáo tại đây.

Từ vựng 단어

bờ biển	해변	bãi tắm	해수욕장
chan hoà	넘치다	ánh nắng	햇빛
hấp dẫn	매력적인	khu nghỉ mát	휴양지, 피서지
lễ hội	축제, 페스티벌	pháo hoa	불꽃
sự kiện	행사, 이벤트	độc đáo	독특한, 독창적인

✏️ 글의 내용을 토대로 다음 질문에 답하세요.

1 Đà Nẵng có bờ biển dài bao nhiêu ki lô mét?

2 Thành phố này có những điểm du lịch hấp dẫn nào?

3 Lễ hội pháo hoa quốc tế được tổ chức mấy năm một lần?

본문해석

Đà Nẵng에는 Mỹ Khê 해변처럼 일년 내내 햇살이 넘치는 아름다운 수많은 해수욕장들로 이루어진 70km 가량의 해변이 있다. 도시에는 Ngũ Hành Sơn, Bà Nà 휴양지 등과 같이 매력적인 여행지가 많이 있다. 특히 2년에 한 번 개최되는 국제 불꽃 축제는 이곳의 독창적인 문화 – 여행 이벤트이다.

① '가깝다'라는 의미인데, 숫자 앞에 써서 '거의, 가량'의 뜻입니다. khoảng으로 바꾸어 써 볼 수 있지만, gần을 쓰면 어떠한 수치에 약간 못미치는 정도임을 나타냅니다.

② 900m 정도 고운 백사장이 길게 펼쳐져 있는 미케 해변은 1년 내내 파도가 잔잔하게 일고, 물이 따듯하기로 유명합니다. 1975년 이전에는 미군의 관리 하에 그들의 휴양지로 쓰였다고 합니다. 미국의 경제 잡지인 포브스가 지구상에서 가장 매력적인 6대 해변 중 하나로, 호주의 선데이 헤럴드 선에서는 세계 인기있는 아시아의 10대 해변 중 하나로 소개했답니다.

③ 대략 2km²의 모래 위에 우뚝 솟은 6개의 산봉우리로 이루어져 있습니다: 목산(木山), 수산(水山), 토산(土山), 금산(金山), 그리고 화산(火山) (2개의 봉우리). 이 중 Thuỷ Sơn(수산)이 가장 크고 높고 아름답다네요. 1990년 3월 22일에 베트남 문화체육관광부가 이 명승지를 국가급 역사문화유적으로 인정했습니다.

④ Đà Nẵng에서 서남쪽으로 25km 떨어져 있는 Bà Nà 휴양지는 해발고도가 1489m랍니다. 이곳은 프랑스 식민지 시기에 프랑스 고위 관직의 쉼터로 사용할 목적으로 프랑스 사람에 의해 처음으로 발견되었고, 수많은 별장과 편의 시설을 건설했다고 합니다. 1945년부터 1975년까지 Bà Nà에 있던 건축물들은 파괴되고 완전히 잊혀졌대요. 베트남 남북 통일 이후, 1997년부터 Bà Nà 휴양지를 부흥시키려는 시도를 했지만 관광객들의 기대에 못미쳤고, 2007년부터 Sun Group이 투자 개발을 진행하여 5km가 넘는 긴 케이블카 시스템을 구축하고, 숙박시설, 테마파크를 지어 많은 관광객을 유치하고 있답니다.

⑤ '특히, 특별한'의 의미로 성질, 기능 또는 정도가 일반적인 상황에 비해 완전히 다르다는 것을 강조할 때 쓰는 표현입니다. 여기서는 다른 곳에는 없고 다낭에만 있는 국제 불꽃 축제를 말하고자 사용되었어요.

⑥ 다낭 국제 불꽃 축제는 2008년에 처음으로 개최되었다고 해요. 처음에는 다낭 해방을 기념하기 위해 매년 3월 29일에 불꽃 축제를 열었는데, 날씨가 적절하지 않아 2011년부터는 날씨도 좋고 긴 연휴동안 여행객들을 유치할 수 있는 4월 30일로 시작일을 변경했답니다. 그리고 그 후 다낭시의 결정에 따라 2013년부터는 2년에 한 번 개최됩니다.

⑦ '2년에 한 번'이라는 표현입니다. 보통 우리말 어순과 반대인데, 이건 우리말과 어순이 같네요?

정답

1. Đà Nẵng có gần 70 km bờ biển.
2. Thành phố này có nhiều điểm du lịch hấp dẫn như Ngũ Hành Sơn, khu nghỉ mát Bà Nà, v.v..
3. Lễ hội pháo hoa quốc tế được tổ chức hai năm một lần.

확인학습

1 다음 낱말에 해당하는 베트남어와 선을 그어 연결해 보세요.

① 언어 • • a lễ hội

② 해변 • • b ngôn ngữ

③ 해수욕장 • • c pháo hoa

④ 축제, 페스티벌 • • d bờ biển

⑤ 불꽃 • • e bãi tắm

2 다음 낱말을 어순에 맞게 배열해 보세요.

① quốc tế / tổ chức / ở / lễ hội / được / Đà Lạt / pháo hoa

___

② ngôn ngữ / có nghĩa là / Đà Nẵng / theo / Chăm / "sông lớn" / địa danh

___

3 빈칸에 들어갈 말로 알맞은 낱말을 골라 쓰세요.

| gần | điểm | chan hoà | khu nghỉ mát |

Đà Nẵng có _____ 70 km bờ biển với nhiều bãi tắm đẹp, quanh năm _____ ánh nắng như bãi biển Mỹ Khê. Thành phố có nhiều _____ du lịch hấp dẫn như Ngũ Hành Sơn, _____ Bà Nà, v.v..

확인학습 정답

1. (1) – b, (2) – d, (3) – e, (4) – a, (5) – c

2. (1) Ở Đà Lạt, lễ hội pháo hoa quốc tế được tổ chức. 또는 Lễ hội pháo hoa quốc tế được tổ chức ở Đà Lạt.

(2) Theo ngôn ngữ Chăm, địa danh Đà Nẵng có nghĩa là "sông lớn".

3. Đà Nẵng có gần 70 km bờ biển với nhiều bãi tắm đẹp, quanh năm chan hoà ánh nắng như bãi biển Mỹ Khê. Thành phố có nhiều điểm du lịch hấp dẫn như Ngũ Hành Sơn, khu nghỉ mát Bà Nà, v.v..

💬 **학습한 내용을 생각하며 다음 한국어를 베트남어로 바꿔보세요.**

베트남은 세계7대 신자연경관 중 하나인 할롱베이로 유명하다. 이곳은 UNESCO로부터 세계 자연 유산으로 두 차례 인정받았다. 할롱베이는 Quảng Ninh성에 위치하고 있으며, 수도 하노이로부터 165km 떨어져 있다. Hạ Long은 "용이 내려오다"라는 뜻이다. 이 명칭은 베트남 민족의 기원인 "용의 자손, 선녀의 후손"에 관한 전설과 밀접하다. Hạ Long의 대표적인 경관은 Sửng Sốt 동굴, Thiên Cung 동굴, Ti Tốp 섬 등으로, 국내외의 많은 여행객들을 끌어들인다.

_____
_____
_____
_____
_____

하노이에서 대략 370km 떨어진 Sa Pa는 베트남의 북서부 지역에 위치하고 있다. Sa Pa는 해수면에 비해 평균고도가 대략 약 1,500m - 1,800m 정도이다. 높은 지형으로 인해 Sa Pa의 공기는 1년 내내 선선하다. Sa Pa는 베트남에서 눈이 내리는 지역 중 하나다. Sa Pa에는 약 200m 높이의 Bạc 폭포, 베트남에서 가장 높은 산인 Phan Xi Păng 등과 같은 아름다운 자연 경관이 많이 있다.

해변도시 Đà Nẵng은 베트남의 중부 지역에 위치하고 있다. Chăm족의 언어에 따르면, Đà Nẵng이라는 지명은 "큰 강", "큰 강의 문(입구)"이라는 뜻이다. Đà Nẵng에는 Mỹ Khê 해변처럼 일년 내내 햇살이 넘치는 아름다운 수많은 해수욕장들로 이루어진 70km 가량의 해변이 있다. 도시에는 Ngũ Hành Sơn, Bà Nà 휴양지 등과 같이 매력적인 여행지가 많이 있다. 특히 2년에 한 번 개최되는 국제 불꽃 축제는 이곳의 독창적인 문화 - 여행 이벤트이다.

Bài 4

Phương tiện giao thông

교통수단

1. 교통수단
2. 씨로(xích lô)
3. 오토바이와 쌔옴(xe ôm)

1 교통수단

Ở Việt Nam, xe máy là ❶phương tiện di chuyển cá nhân phổ biến nhất. ❷Còn xe buýt là phương tiện giao thông công cộng quan trọng nhất. Lượng xe ô tô cũng đang tăng ❸lên ❹thấy rõ.

Từ vựng 단어

phương tiện	방편, 수단, 방법	di chuyển	이동하다, 옮기다
cá nhân	개인	giao thông công cộng	대중교통
lượng	양(量)	tăng lên	오르다, 증가하다

✏️ 글의 내용을 토대로 다음 질문에 답하세요.

1 Ở Việt Nam, phương tiện di chuyển cá nhân phổ biến nhất là gì?

---

2 Ở Việt Nam, phương tiện giao thông công cộng quan trọng nhất là gì?

---

3 Dạo này, lượng xe ô tô thế nào?

본문해석

베트남에서 오토바이는 가장 보편적인 개인 이동 수단이다. 그리고 버스 또한 가장 중요한 대중교통수단이다. 자동차 수도 눈에 띄게 증가하고 있다.

> 알아두면 좋은 팁

❶ '방편, 수단, 방법'을 나타내는 phương tiện과 '이동하다, 옮기다'를 뜻하는 di chuyển을 함께 써서 '이동하는 수단', 즉 '교통 수단'을 뜻합니다. 베트남에도 자전거, 오토바이, 자동차와 같은 개인적인 교통수단과 씩로, 쌔옴, 버스, 기차 등 여러 사람이 이용하는 대중 교통도 있습니다.

❷ '그런데, 그리고'로 해석하며, 뒤에 언급할 내용이 방금 언급한 것과 다르거나, 반대되거나 대조되는 상황임을 보여주는 연결사입니다.

❸ 적음에서 많음으로, 무에서 유로 성질이나 활동의 발전 방향을 나타내는 낱말입니다. 본문에서는 tăng lên이라 하여 자동차 수가 증가하고 있음을 나타냅니다. 반대로, 높음에서 낮음으로, 많음에서 적음으로 성질이나 활동의 변화를 나타내는 낱말은 xuống입니다.

❹ '보다, 보이다'라는 뜻의 thấy와 '명확한, 뚜렷한'이라는 뜻의 rõ를 함께 써서 '명확하게 보이다, 뚜렷하게 보이다, 눈에 띄게' 등의 표현입니다.

정답

1. Ở Việt Nam, phương tiện di chuyển cá nhân phổ biến nhất là xe máy.
2. Ở Việt Nam, phương tiện giao thông công cộng quan trọng nhất là xe buýt.
3. Dạo này, lượng xe ô tô đang tăng lên thấy rõ.

1 교통수단

❶Bên cạnh đó, ❷từ năm 2021, Việt Nam đã ❸bắt đầu vận hành ❹thêm phương tiện giao thông mới là tuyến đường sắt ❺đô thị Hà Nội. Sau Hà Nội, kế hoạch xây dựng hệ thống đường sắt đô thị thứ hai cũng đã được triển khai tại Thành phố Hồ Chí Minh, dự kiến bắt đầu hoạt động từ năm 2022.

Từ vựng 단어

vận hành	운행하다	tuyến đường	경로, 노선
đô thị	도시	kế hoạch	계획, 설계
triển khai	전개하다, 진행하다	dự kiến	예상하다, 예정하다

✏️ 글의 내용을 토대로 다음 질문에 답하세요.

1. Việt Nam đã bắt đầu vận hành thêm tuyến đường sắt đô thị Hà Nội từ năm nào?

2. Sau Hà Nội, kế hoạch xây dựng hệ thống đường sắt đô thị thứ hai được triển khai ở đâu?

> **본문해석**
>
> 그 밖에, 2021년부터 베트남에서는 추가로 하노이 도시철도 노선이라는 새로운 교통 수단을 운행하기 시작했다. 하노이 다음으로 두 번째 도시 철도 시스템 건설 계획도 호찌민시에서 진행되어, 2022년부터 운행을 시작할 예정이다.

알아두면 좋은 팁

① '옆'이라는 뜻의 bên cạnh과 '그(지시 형용사)'라는 뜻의 đó를 함께 써서 '그 옆, 게다가'라는 표현입니다. 앞에서 배운 ngoài ra(그 이외에도)와 바꿔 쓸 수 있습니다.

② 뒤에 언급할 것이 이미 말한 일의 출발점, 시작점 또는 기원이라는 것을 나타내는 연결사로 '~부터'라는 의미입니다.

③ 단독으로 쓰면 '시작하다'라는 의미이며, bắt đầu + 서술어로 쓰면 '~하기 시작하다'라는 표현입니다.

④ '보태다, 추가하다'의 뜻으로 수량 또는 정도가 일부 증가하게 되는 것을 뜻합니다. 본문에서는 기존의 교통수단에 새로운 교통수단이 하나 더 추가되었음을 나타냅니다.

⑤ 사람이 많이 살고 상공업이 발달한 번잡한 지역을 가리키는 '도시'를 뜻합니다. thành phố라는 낱말과 비슷하지만, thành phố는 행정 단위 중 하나인 '도시'를 뜻하기도 한다는 점을 기억하세요.

✏️ 정답

1. Việt Nam đã bắt đầu vận hành thêm tuyến đường sắt đô thị Hà Nội từ năm 2021.
2. Sau Hà Nội, kế hoạch xây dựng hệ thống đường sắt đô thị thứ hai đã được triển khai ở Thành phố Hồ Chí Minh.

확인학습

1 다음 낱말에 해당하는 베트남어에 선을 그어 연결해 보세요.

① 계획, 설계 • • a lượng

② 양(量) • • b phổ biến

③ 체계, 시스템 • • c kế hoạch

④ 철도 • • d đường sắt

⑤ 보편적이다, 일반적이다 • • e hệ thống

2 다음 낱말을 어순에 맞게 배열해 보세요.

① phương tiện / công cộng / là / giao thông / xe buýt

② thấy rõ / lượng / đang / xe ô tô / tăng lên / cũng

3 빈칸에 들어갈 말로 알맞은 낱말을 골라 쓰세요.

| sau | thêm | dự kiến | bên cạnh |

_____ đó, từ năm 2021, Việt Nam đã bắt đầu vận hành _____ phương tiện giao thông mới là tuyến đường sắt đô thị Hà Nội. _____ Hà Nội, kế hoạch xây dựng hệ thống đường sắt đô thị thứ hai cũng đã được triển khai tại Thành phố Hồ Chí Minh, _____ bắt đầu hoạt động từ năm 2022.

확인학습 정답

1. (1) – c, (2) – a, (3) – e, (4) – d, (5) – b
2. (1) Xe buýt là phương tiện giao thông công cộng.
  (2) Lượng xe ô tô cũng đang tăng lên thấy rõ.
3. <u>Bên cạnh</u> đó, từ năm 2021, Việt Nam đã bắt đầu vận hành <u>thêm</u> phương tiện giao thông mới là tuyến đường sắt đô thị Hà Nội. <u>Sau</u> Hà Nội, kế hoạch xây dựng hệ thống đường sắt đô thị thứ hai cũng đã được triển khai tại Thành phố Hồ Chí Minh, <u>dự kiến</u> bắt đầu hoạt động từ năm 2022.

2 씩로(xích lô)

Xích lô là phương tiện giao thông có ba bánh, sử dụng sức người ❶để vận chuyển hành khách ❷hoặc hàng hoá. ❸Ngoài phục vụ đi lại, xích lô còn được sử dụng trong dịp cưới, lễ hội. Ngày nay, xích lô đã ❹trở thành một ❺nét văn hoá thú vị của Việt Nam.

Từ vựng 단어

bánh	바퀴	sức người	인력
vận chuyển	운반하다, 운송하다	hành khách	승객, 여객
hàng hoá	상품	dịch vụ	서비스
cưới	결혼하다	văn hoá	문화

✏️ 글의 내용을 토대로 다음 질문에 답하세요.

1 Phương tiện giao thông có ba bánh, sử dụng sức người để vận chuyển hành khách hoặc hàng hoá là gì?

---

2 Ngoài phục vụ đi lại, xích lô còn được sử dụng trong dịp nào?

---

3 Ngày nay, xích lô có được coi là một nét văn hoá không?

본문해석

Xích lô는 세 개의 바퀴가 있고, 물건 또는 승객을 운반하기 위해 인력을 사용하는 교통 수단이다. 이동 서비스 이외에도 xích lô는 결혼, 축제에 사용된다. 오늘날 xích lô는 베트남의 흥미로운 문화가 되었다.

알아두면 좋은 팁

❶ '~하기 위해서'라는 뜻으로, 목적을 나타내고자 할 때 씁니다.
❷ '또는, 혹은'에 해당하며, hay와 비슷합니다.
❸ ngoài ... (ra), 주어 còn ...으로 써서 '~ 이외에 주어는 ~하기도 하다'라는 표현으로, còn은 생략하거나 cũng으로 바꿔 쓸 수 있습니다.
❹ '~이 되다'라는 표현으로 trở thành과 trở nên이 있습니다. trở thành 뒤에는 명사가 와서 '~이 되다'라는 뜻이고, trở nên 뒤에는 형용사가 와서 '~하게 되다'의 뜻입니다.
❺ 공통적인 것을 만들어내고 묘사하는 기본적인 특징을 가리키는 낱말로, '문화'를 나타내는 văn hoá와 함께 써서 '문화, 문화적 특징'이라는 표현이 됩니다.

정답

1. Phương tiện giao thông có ba bánh, sử dụng sức người để vận chuyển hành khách hoặc hàng hoá là xích lô.
2. Ngoài phục vụ đi lại, xích lô còn được sử dụng trong dịp cưới, lễ hội.
3. Có, ngày nay, xích lô đã trở thành một nét văn hoá thú vị của Việt Nam.

2 씩로 (xích lô)

Du khách ①có thể trải nghiệm di chuyển bằng xích lô tại các thành phố du lịch như Hà Nội, Thành phố Hồ Chí Minh, Hội An, Đà Lạt, v.v.. Ngồi trên xích lô, được bác tài đạp xe chầm chậm chở qua ②từng con phố, du khách có thể ③vừa hít thở khí trời vừa ngắm cảnh xung quanh, lại còn dễ dàng dừng lại chụp ảnh ④bất cứ khi nào.

Từ vựng 단어

trải nghiệm	체험하다, 경험하다	bác tài	운전사
chầm chậm	천천히	hít thở	숨쉬다, 공기를 마시다
khí trời	공기	dừng lại	정지하다, 세우다

✏️ 글의 내용을 토대로 다음 질문에 답하세요.

1 Du khách có thể trải nghiệm di chuyển bằng xích lô ở đâu?

2 Các bác tài có thường đạp xe nhanh không?

3 Ngồi trên xích lô, du khách thường làm gì?

4 Nếu đi xích lô, du khách có dễ dàng dừng lại không?

> **본문해석**
>
> 여행객은 Hà Nội, Thành phố Hồ Chí Minh, Hội An, Đà Lạt 등과 같은 여행지에서 xích lô로 이동하는 체험을 할 수 있다. Xích lô를 타고, xích lô 운전사가 천천히 거리 구석구석을 데리고 가면 여행객은 공기를 마시며 주변 풍경을 감상하기도 하고, 언제든지 사진을 찍기 위해 쉽게 xích lô를 멈춰 세울 수 있다.

알아두면 좋은 팁

① '~할 수도 있다'라는 가능성을 나타내는 표현입니다.

② từng + 명사로 써서 '~마다, ~씩, 각각'을 뜻합니다. 예를 들어 từng người라고 하면 '사람마다, 한 사람씩'이라는 의미입니다. 본문에서는 từng con phố라고 쓰였으니 '거리마다, 각각의 거리, 거리 하나 하나' 등으로 이해합니다.

③ vừa ... vừa ...는 '~이기도 하고 ~이기도 하다'라는 뜻으로 어떠한 일, 상황이 동시에 일어남을 나타냅니다.

④ bất cứ + 의문사로 써서 '~든지 다'라는 뜻으로, 모든 상황에서 예외 없음을 나타냅니다. bất cứ 대신 bất kể, bất kì를 써도 동일합니다. 본문에서는 '언제'를 뜻하는 khi nào와 함께 쓰였으므로 '언제든지'로 해석합니다.

정답

1. Du khách có thể trải nghiệm di chuyển bằng xích lô tại các thành phố du lịch như Hà Nội, Thành phố Hồ Chí Minh, Hội An, Đà Lạt, v.v..
2. Không, khi trải nghiệm di chuyển bằng xích lô, bác tài đạp xe chầm chậm.
3. Ngồi trên xích lô, du khách có thể vừa hít thở khí trời vừa ngắm cảnh xung quanh.
4. Có, nếu đi xích lô, du khách dễ dàng dừng lại bất cứ khi nào.

확인학습

1 다음 낱말에 해당하는 베트남어와 선을 그어 연결해 보세요.

① 인력   •   • a văn hoá

② 문화   •   • b lễ hội

③ 상품   •   • c hàng hoá

④ 체험하다, 경험하다   •   • d trải nghiệm

⑤ 축제, 페스티벌   •   • e sức người

2 다음 낱말을 어순에 맞게 배열해 보세요.

① sử dụng / là / giao thông / sức người / xích lô / phương tiện

___

② trở thành / một / thú vị / xích lô / Việt Nam / nét văn hoá / đã / của

___

3 빈칸에 들어갈 말로 알맞은 낱말을 골라 쓰세요.

> được   trên   bất cứ   có thể

Du khách _____ trải nghiệm di chuyển bằng xích lô tại các thành phố du lịch như Hà Nội, Thành phố Hồ Chí Minh, Hội An, Đà Lạt, v.v.. Ngồi _____ xích lô, _____ bác tài đạp xe chầm chậm chở qua từng con phố, du khách có thể vừa hít thở khí trời vừa ngắm cảnh xung quanh, lại còn dễ dàng dừng lại chụp ảnh _____ khi nào.

확인학습 정답

1. (1) – e, (2) – a, (3) – c, (4) – d, (5) – b
2. (1) Xích lô là phương tiện giao thông sử dụng sức người.
   (2) Xích lô đã trở thành một nét văn hoá thú vị của Việt Nam.
3. Du khách có thể trải nghiệm di chuyển bằng xích lô tại các thành phố du lịch như Hà Nội, Thành phố Hồ Chí Minh, Hội An, Đà Lạt, v.v.. Ngồi trên xích lô, được bác tài đạp xe chầm chậm chở qua từng con phố, du khách có thể vừa hít thở khí trời vừa ngắm cảnh xung quanh, lại còn dễ dàng dừng lại chụp ảnh bất cứ khi nào.

 # 오토바이와 쌔옴(xe ôm)

Xe máy là phương tiện giao thông ❶chính tại Việt Nam. Xe máy có ưu điểm nhanh, thuận tiện ❷hơn xe buýt, ❸phù hợp với hệ thống giao thông hiện tại.

Từ vựng 단어

ưu điểm	장점	thuận tiện	편리한
phù hợp	맞다, 적합하다	hiện tại	현재

✏️ 글의 내용을 토대로 다음 질문에 답하세요.

1 Phương tiện giao thông chính tại Việt Nam là phương tiện nào?

2 Xe máy có ưu điểm gì?

3 Xe máy có phù hợp với hệ thống giao thông hiện tại không?

본문해석

오토바이는 베트남의 주요 교통 수단이다. 오토바이는 버스보다 빠르고 편리한 장점이 있고, 현재의 교통체계에 적합하다.

> **알아두면 좋은 팁**

❶ 동종의 다른 것과 비교했을 때 가장 중요한 것을 나타내는 낱말로 '주, 주요한'의 뜻입니다. 본문에서는 다른 교통수단과 비교했을 때 오토바이가 가장 중요함을 말하고 있습니다.
❷ 비교하는 것보다 더 높은 수준에 있음을 나타내는 말로, '~보다 더'라고 해석합니다.
❸ '~와/과 적합하다'라는 표현으로 연결사 với를 쓰는 것을 기억하세요.

정답

1. Phương tiện giao thông chính tại Việt Nam là xe máy.
2. Xe máy có ưu điểm nhanh, thuận tiện hơn xe buýt.
3. Có, xe máy phù hợp với hệ thống giao thông hiện tại.

3 오토바이와 쌔옴(xe ôm)

Xe ôm là dịch vụ chuyên chở người và hàng hoá bằng xe máy. Hiện nay, nhiều ❶ứng dụng thông minh như Grab, Be, Vato, v.v. đã ❷ra đời. ❸Nhờ đó, người dùng có thể đặt và sử dụng dịch vụ xe ôm dễ dàng hơn ❹thay vì phải ra đường tìm, ❺gọi xe trực tiếp và thoả thuận tiền thù lao.

Từ vựng 단어

chuyên chở	나르다, 운송하다	ứng dụng	응용하다, 어플, 앱
thông minh	총명한, 스마트	trực tiếp	직접
thoả thuận	협상하다	tiền thù lao	수고비, 보수

✏️ 글의 내용을 토대로 다음 질문에 답하세요.

1 Xe ôm là dịch vụ gì?

2 Grab, Be, Vato là gì?

3 Sử dụng ứng dụng thông minh, người dùng có thể đặt xe ôm, đúng không?

4 Trước đây, người dùng phải làm gì để sử dụng dịch vụ xe ôm?

> **본문해석**
>
> Xe ôm은 오토바이로 사람과 물건을 운송하는 서비스이다. 현재 Grab, Be, Vato 등과 같은 많은 스마트앱이 나왔다. 그 덕분에 사용자는 직접 거리에 나가 xe ôm을 찾고, 수고비를 협상하는 것 대신, 보다 더 쉽게 xe ôm 서비스를 예약하여 이용할 수 있다.

알아두면 좋은 팁

❶ 스마트폰, 테블릿 등이 생겨나면서 그에 맞는 응용 프로그램들이 많이 개발되었죠? 이런 스마트앱을 나타내는 낱말이 바로 '응용하다'라는 뜻의 ứng dụng과 '똑똑한, 영리한'의 thông minh을 함께 쓴 ứng dụng thông minh이랍니다. 참고로, 스마트폰은 베트남어로 điện thoại thông minh이에요.

❷ ra(나오다)와 đời(세상)를 함께 써서 '세상에 나오다', 즉 '태어나다, 등장하다, 출시하다' 등의 표현입니다.

❸ 앞으로 언급할 것이 흡족하고 좋은 결과에 이르게 하는 원인임을 나타내는 낱말로 '~덕분에, ~덕택에'라는 뜻입니다.

❹ thay vì A, B 또는 B, thay vì A로 써서 A해야 하는데 실제로는 B함을 나타내며, 'A하는 것 대신에 B하다'로 해석합니다. 본문에서는 스마트앱이 있기 전에는 쌔옴을 이용하기 위해서는 반드시 거리로 나가 쌔옴을 직접 찾아서 부르고 값을 흥정해야하는 불편함이 있었지만, 이제는 그럴 필요 없이 보다 더 쉽게 쌔옴을 예약하고 이용할 수 있음을 나타내기 위해 쓰였습니다.

❺ '부르다'라는 뜻을 가진 gọi는 다양하게 활용할 수 있습니다. gọi tên은 '이름을 부르다', gọi điện thoại는 '전화를 걸다', gọi món은 '음식을 주문하다'라는 표현처럼요. 본문에서의 gọi xe (ôm)는 '쌔옴을 부르다'라는 뜻으로, 쌔옴이 자신이 있는 곳으로 오도록 부른다는 표현입니다.

정답

1. Xe ôm là dịch vụ chuyên chở người và hàng hoá bằng xe máy.
2. Grab, Be, Vato là ứng dụng thông minh.
3. Vâng, nhờ ứng dụng thông minh, người dùng có thể đặt và sử dụng dịch vụ xe ôm dễ dàng.
4. Trước đây, người dùng phải ra đường tìm, gọi xe trực tiếp và thoả thuận tiền thù lao.

확인학습

1 다음 낱말에 해당하는 베트남어와 선을 그어 연결해 보세요.

① 나르다, 운송하다 •   • a hiện tại

② 버스 •   • b xe buýt

③ 직접 •   • c tiền thù lao

④ 현재 •   • d chuyên chở

⑤ 수고비, 보수 •   • e trực tiếp

2 다음 낱말을 어순에 맞게 배열해 보세요.

① phương tiện / Việt Nam / là / giao thông / tại / xe máy / chính

② xe máy / xe buýt / hơn / có / nhanh / ưu điểm / thuận tiện

3 빈칸에 들어갈 말로 알맞은 낱말을 골라 쓰세요.

| nhờ | như | bằng | thay vì |

Xe ôm là dịch vụ chuyên chở người và hàng hoá _____ xe máy. Hiện nay, nhiều ứng dụng thông minh _____ Grab, Be, Vato, v.v. đã ra đời. _____ đó, người dùng có thể đặt và sử dụng dịch vụ xe ôm dễ dàng hơn _____ phải ra đường tìm, gọi xe trực tiếp và thoả thuận tiền thù lao.

확인학습 정답

1. (1) – d, (2) – b, (3) – e, (4) – a, (5) – c
2. (1) Xe máy là phương tiện giao thông chính tại Việt Nam. 또는 Phương tiện giao thông chính tại Việt Nam là xe máy.

    (2) Xe máy có ưu điểm nhanh, thuận tiện hơn xe buýt.
3. Xe ôm là dịch vụ chuyên chở người và hàng hoá bằng xe máy. Hiện nay, nhiều ứng dụng thông minh như Grab, Be, Vato, v.v. đã ra đời. Nhờ đó, người dùng có thể đặt và sử dụng dịch vụ xe ôm dễ dàng hơn thay vì phải ra đường tìm, gọi xe trực tiếp và thoả thuận tiền thù lao.

💬 학습한 내용을 생각하며 다음 한국어를 베트남어로 바꿔보세요.

베트남에서 오토바이는 가장 보편적인 개인 이동 수단이다. 그리고 버스 또한 가장 중요한 대중교통수단이다. 자동차 수도 눈에 띄게 증가하고 있다. 그 밖에, 2021년부터 베트남에서는 추가로 하노이 도시 철도 노선이라는 새로운 교통수단을 운행하기 시작했다. 하노이 다음으로 두 번째 도시 철도 시스템 건설 계획도 호찌민시에서 진행되어, 2022년부터 운행을 시작할 예정이다.

Xích lô는 세 개의 바퀴가 있고, 물건 또는 승객을 운반하기 위해 인력을 사용하는 교통수단이다. 이동 서비스 이외에도 xích lô는 결혼, 축제에 사용된다. 오늘날 xích lô는 베트남의 흥미로운 문화가 되었다. 여행객은 Hà Nội, Thành phố Hồ Chí Minh, Hội An, Đà Lạt 등과 같은 여행지에서 xích lô로 이동하는 체험을 할 수 있다. Xích lô를 타고, xích lô 운전사가 천천히 거리 구석구석을 데리고 가면 여행객은 공기를 마시며 주변 풍경을 감상하기도 하고, 언제든지 사진을 찍기 위해 쉽게 xích lô를 멈춰 세울 수 있다.

오토바이는 베트남의 주요 교통수단이다. 오토바이는 버스보다 빠르고 편리한 장점이 있고, 현재의 교통체계에 적합하다. Xe ôm은 오토바이로 사람과 물건을 운송하는 서비스이다. 현재 Grab, Be, Vato 등과 같은 많은 스마트앱이 나왔다. 그 덕분에 사용자는 직접 거리에 나가 xe ôm을 찾고, 수고비를 협상하는 것 대신, 보다 더 쉽게 xe ôm 서비스를 예약하여 이용할 수 있다.

Bài 5

Ẩm thực Việt Nam

베트남 음식

1. 지역별 음식
2. 퍼(phở)
3. 노점(露店)

1 지역별 음식

Ẩm thực Việt Nam ❶vô cùng đa dạng và phong phú ❷từ Bắc vào Nam. Ẩm thực miền Bắc có vị thanh, không đậm các vị cay, béo, ngọt ❸bằng các vùng khác. Sử dụng nhiều rau và các loại thuỷ sản ❹nước ngọt. Các món ăn đặc trưng là ❺phở Hà Nội, ❻bún chả, ❼bún thang, v.v..

Từ vựng 단어

ẩm thực	음식	vô cùng	굉장히, 매우
đa dạng	다양하다	vị	맛
thanh	맑은, 순한	đậm	진한
béo	기름지다, 느끼하다	rau	채소
thuỷ sản	수산	đặc trưng	특징, 특성

✏️ **글의 내용을 토대로 다음 질문에 답하세요.**

1 Ẩm thực Việt Nam từ Bắc vào Nam có đa dạng và phong phú không?

_____

2 Ẩm thực miền Bắc có vị gì? Có đậm các vị cay, béo, ngọt không?

_____

3 Ẩm thực miền Bắc thường sử dụng nguyên liệu nào?

_____

4 Món ăn đặc trưng của miền Bắc là những món gì?

_____

> **본문해석**
>
> 베트남 음식은 북부에서 남부까지 매우 다양하고 풍부하다. 북부 음식은 순한 맛을 가지고 있으며, 다른 지역만큼 맵거나 기름지거나 단 맛이 강하지 않다. 많은 채소와 민물 수산물을 사용한다. 특징적인 음식은 phở Hà Nội, bún chả, bún thang 등이다.

알아두면 좋은 팁

① '무한의, 끝없는'이라는 낱말로, 표현할 수 없는 최고 수준에 이른 정도를 나타내며 '무척, 매우, 대단히, 아주' 등의 의미입니다.

② '북에서 남까지'라는 표현으로, 보통 '~에서 ~까지'라고 하면 범위를 나타내는 từ … đến …을 떠올리기 십상일 텐데요, 본문에서처럼 북쪽에서부터 남쪽으로 향하는 것을 지칭하는 경우에는 đến이 아닌 vào를 씁니다. 반대로 남쪽에서부터 북쪽으로 향하는 것은 ra를 씁니다. 이것은 베트남 사람들의 습관이므로 ra Bắc, vào Nam으로 한꺼번에 외워두시는 게 도움이 됩니다.

③ 앞에서 배운 수단을 나타내는 표현이 아닌 동등 표현으로 기준에 비해 더하지도 덜하지도 않음을 나타냅니다. '~만큼'으로 해석하는데, 본문에서는 không … bằng …으로 썼기 때문에 '~만큼 ~하지 않다'로 이해해야 합니다.

④ '강이나 호수와 같이 짠 맛이 없는 물(민물)'을 뜻하기도 하고, '단맛이 있는 음료수(탄산음료)'를 뜻하기도 합니다. 민물의 반대말은 ngọt(달다)의 반대말인 mặn(짜다)을 써서 nước mặn(염수, 바닷물)이라고 합니다.

⑤ 퍼는 우리나라에 쌀국수로 잘 알려져 있는 음식이죠? 그런데 요즘은 베트남어 발음인 "퍼"라고 부르는 추세랍니다. 우리나라의 김치찌개, 된장찌개와 마찬가지로요.

⑥ 쌀로 만든 면인 분(bún)과 구운 고기가 함께 나오고, 생야채와 소스를 곁들어 먹는 음식입니다.

⑦ 분, 찢은 닭고기, 얇게 썬 돼지족과 지단을 넣고, 새우 후리가케를 뿌려 국물에 말아 먹는 음식입니다.

정답

1. Có, ẩm thực Việt Nam vô cùng đa dạng và phong phú từ Bắc vào Nam.
2. Ẩm thực miền Bắc có vị thanh và không đậm các vị cay, béo, ngọt.
3. Ẩm thực miền Bắc sử dụng nhiều rau và các loại thuỷ sản nước ngọt.
4. Các món ăn đặc trưng của miền Bắc là phở Hà Nội, bún chả, bún thang, v.v..

1 지역별 음식

Ẩm thực miền Trung có hương vị rất đậm đà, đặc trưng cay và mặn. ❶Bún bò Huế, ❷mì Quảng, ❸cao lầu, ❹bánh bèo, v.v. là những món ăn tiêu biểu. Món ăn của người Nam bộ thường được nêm nếm ngọt, béo, dùng nhiều đường, nước cốt dừa. Ẩm thực miền Nam nổi tiếng với các món như: ❺cá kho tộ, ❻thịt kho nước dừa, hay ❼lẩu mắm miền Tây, ❽hủ tiếu Nam Vang, v.v..

Từ vựng 단어

hương vị	향미, 맛	đậm đà	깊고, 맛있는
nêm nếm	맛을 내다	nước cốt dừa	코코넛 밀크

✏️ **글의 내용을 토대로 다음 질문에 답하세요.**

1 Ẩm thực miền Trung có hương vị thế nào?

2 Những món ăn tiêu biểu của miền Trung là những món gì?

3 Món ăn của người Nam bộ thường được nêm nếm ngọt, béo bằng gì?

4 Ẩm thực miền Nam nổi tiếng với những món gì?

본문해석

중부 지역 음식은 아주 깊은 풍미와 맵고 짠 특징이 있다. Bún bò Huế, mì Quảng, cao lầu, bánh bèo 등이 대표적인 음식들이다. 남부 사람들의 음식은 보통 많은 양의 설탕과 코코넛 밀크를 사용하여 달고, 기름진 맛을 내게 된다. 남부 음식은 cá kho tộ, thịt kho nước dừa 또는 lẩu mắm miền Tây, hủ tiếu Nam Vang 등과 같은 음식들로 유명하다.

알아두면 좋은 팁

① 베트남 중부에 위치한 Huế(후에) 지역의 요리로, 숙주나물 등 여러 가지 채소와 소고기, 돼지 선지 등을 넣은 얼큰한 분 요리입니다.

② 베트남 Quảng Nam(꽝남)과 Đà Nẵng 지역의 특산 음식입니다. 보통 미(mì)는 밀가루로 만든 면을 말하는데 mì Quảng의 mì는 쌀가루로 만듭니다. 치자나무씨와 달걀로 노란 물을 들여 반죽하고 반죽을 얇게 펴서 겹겹이 쌓은 후 칼로 가늘게 써는 것이 특징적입니다. 육수도 걸쭉하고 물이 많지 않아 비빔국수 느낌이 납니다.

③ 베트남 Quảng Nam(꽝남) 지역, 그 중 Hội An(호이안)의 특산 음식입니다. 노란색 mì에 새우, 돼지고기 각종 채소를 넣고 아주 적은 양의 육수를 부어 먹습니다.

④ 모양과 재료를 약간씩 차이가 있지만, 베트남 중부 지역은 물론 베트남 남부 지역에까지 대중화된 음식입니다. 이 음식은 쌀가루 반죽 위에 새우를 갈아 만든 것을 뿌리고 소스를 찍어 먹습니다.

⑤ cá는 '물고기, 생선', kho는 '졸이다'라는 의미이므로 '생선 조림'을 뜻합니다. tộ는 '사발'로 우리의 뚝배기와 비슷합니다.

⑥ 남부 사람들의 고기 조림으로 우리의 장조림과 비슷하지만, 그냥 물 대신 달짝지근한 코코넛 밀크를 사용하는 것이 특징입니다.

⑦ 생선젓, 생선, 오징어, 고기, 가지, 그리고 각종 야채를 재료를 베트남 서(남)부 식으로 끓여 먹는 탕요리입니다.

⑧ Nam Vang은 캄보디아 프놈펜을 뜻하며, 캄보디아 프놈펜에 기원을 둔 음식입니다. 이 음식은 베트남에 들어와서 뼈를 우려 육수를 내는 전통 hủ tiếu를 대신하여 대중화되었습니다. 사람들의 입맛에 따라 돼지 내장 대신 새우, 게, 생선, 오징어 등을 넣을 수도 있지만 다진 고기는 반드시 있어야 한다고 합니다.

정답

1. Ẩm thực miền Trung có hương vị rất đậm đà, đặc trưng cay và mặn.

2. Những món ăn tiêu biểu của miền Trung là Bún bò Huế, mì Quảng, cao lầu, bánh bèo, v.v..

3. Món ăn của người Nam bộ thường được nêm nếm ngọt, béo bằng nhiều đường, nước cốt dừa.

4. Ẩm thực miền Nam nổi tiếng là cá kho tộ, thịt kho nước dừa, lẩu mắm miền Tây, hủ tiếu Nam Vang, v.v..

확인학습

1 다음 낱말에 해당하는 베트남어에 선을 그어 연결해 보세요.

① 맛을 내다 •　　　　　　　• a ẩm thực

② 특징, 특성 •　　　　　　　• b đặc trưng

③ 맑은, 순한 •　　　　　　　• c nêm nếm

④ 음식 •　　　　　　　• d đường

⑤ 설탕 •　　　　　　　• e thanh

2 다음 낱말을 어순에 맞게 배열해 보세요.

① ẩm thực / có / đặc trưng / miền Trung / mặn / cay / và

_____

② người Nam bộ / thường / món ăn / nêm nếm / ngọt / béo / được / của

_____

3 빈칸에 들어갈 말로 알맞은 낱말을 골라 쓰세요.

| đậm | bằng | sử dụng | vô cùng |

Ẩm thực Việt Nam _____ đa dạng và phong phú từ Bắc vào Nam. Ẩm thực miền Bắc có vị thanh, không _____ các vị cay, béo, ngọt _____ các vùng khác. _____ nhiều rau và các loại thuỷ sản nước ngọt.

확인학습 정답

1. (1) – c, (2) – b, (3) – e, (4) – a, (5) – d

2. (1) Ẩm thực miền Trung có đặc trưng cay và mặn. 또는 Ẩm thực miền Trung có đặc trưng mặn và cay.

(2) Món ăn của người Nam bộ thường được nêm nếm ngọt, béo. 또는 Món ăn của người Nam bộ thường được nêm nếm béo, ngọt.

3. Ẩm thực Việt Nam vô cùng đa dạng và phong phú từ Bắc vào Nam. Ẩm thực miền Bắc có vị thanh, không đậm các vị cay, béo, ngọt bằng các vùng khác. Sử dụng nhiều rau và các loại thuỷ sản nước ngọt.

2 퍼 (phở)

❶ Phở là món ăn truyền thống của Việt Nam, cũng là một trong những món ăn tiêu biểu cho ẩm thực Việt Nam. Trong đó, phở Hà Nội và phở Nam Định ❷ được biết tới nhiều nhất.

Từ vựng 단어

món ăn	요리, 음식	truyền thống	전통

✏️ 글의 내용을 토대로 다음 질문에 답하세요.

1 Phở là món ăn truyền thống của nước nào?

_____

2 Ở Việt Nam, nơi nào nổi tiếng với phở?

_____

> **본문해석**
>
> Phở는 베트남의 전통음식이며 베트남 음식을 대표하는 음식 중 하나이다. 그 중 phở Hà Nội와 phở Nam Định이 가장 많이 알려져 있다.

알아두면 좋은 팁

❶ 베트남 전통 음식중 하나로 하노이와 Nam Định(남딘)에 기원을 두고 있습니다. 주요 재료는 면과 육수, 얇게 썬 소고기나 닭고기예요. 퍼는 주로 아침 식사 또는 야식으로 먹었는데, 대도시에서는 하루 종일 아무 때나 먹을 수 있는 음식이 되었다고 합니다.

❷ '(~로) 알려져 있다'라는 의미로 tới 대신 đến을 써도 됩니다.

정답

1. Phở là món ăn truyền thống của Việt Nam.
2. Ở Việt Nam, Hà Nội và Nam Định nổi tiếng với phở.

2 퍼 (phở)

❶ Dựa theo thành phần, có hai loại phở chính là phở bò và phở gà. Tuy nhiên, để làm ra bát phở ngon quan trọng nhất vẫn là nước dùng. Nước dùng phở được ninh ❷ từ xương bò. ❸ Mỗi nhà hàng đều có bí quyết nấu nước dùng ❹ riêng để tạo ra hương vị đặc trưng.

Từ vựng 단어

dựa theo	~에 따르다, ~에 의하다	loại	종류
tuy nhiên	그러나, 하지만	nước dùng	육수, 국물
ninh	우리다, 국물을 내다	xương	뼈
bí quyết	비결	riêng	개인의, 고유한

✎ 글의 내용을 토대로 다음 질문에 답하세요.

1 Dựa theo thành phần, có hai loại phở chính là phở nào?

_____

2 Để làm ra bát phở ngon, quan trọng nhất là gì?

_____

3 Các nhà hàng có dùng nước dùng như nhau không?

_____

본문해석

성분(재료)에 따라 소고기 phở와 닭고기 phở, 두 종류의 주요한 phở가 있다. 그러나 맛있는 phở를 만들기 위해 가장 중요한 것은 여전히 육수이다. Phở 육수는 소뼈로 우려낸다. 모든 식당마다 특징있는 맛을 내기 위한 자기만의 육수 끓이는 비법이 있다.

알아두면 좋은 팁

① '기대다, 근거하다, 기초하다'의 뜻인 dựa와 '따르다, ~에 따라'의 뜻인 theo를 함께 써서 '~에 근거를 두다, ~을 토대로하다, ~에 의하다' 등의 표현이 됩니다. theo 대신 vào를 써도 됩니다.

② '~로부터'의 의미로 육수를 우려내는 시작이 소뼈임을 나타냅니다. từ 대신 '~로(재료)'의 의미인 bằng을 쓸 수도 있으며, '소뼈로 우려낸다'로 해석합니다.

③ '매(모든) ~마다, 각각'을 뜻하는 낱말로, 전체를 이루고 있는 것의 하나하나를 모두 가리킵니다. 보통 mỗi + 명사 + đều로 써서 '매, 각각의 ~는 모두'의 뜻입니다. 이 때 đều는 '모두, 전부'를 뜻하는 낱말로, 강조 표현이며, 생략해도 무방합니다.

④ 어떤 부분, 사물 또는 한 개인에만 속해 있음을 나타내는 말로 '개별적인, 자기만의, 고유한' 등으로 해석합니다.

정답

1. Dựa theo thành phần, có hai loại phở chính là phở bò và phở gà.
2. Để làm ra bát phở ngon, quan trọng nhất là nước dùng.
3. Không, mỗi nhà hàng đều có bí quyết nấu nước dùng riêng.

확인학습

1 다음 낱말에 해당하는 베트남어와 선을 그어 연결해 보세요.

① 뼈 • • a truyền thống

② 비결 • • b xương

③ 성분 • • c hương vị

④ 전통 • • d thành phần

⑤ 향미, 맛 • • e bí quyết

2 다음 낱말을 어순에 맞게 배열해 보세요.

① nước dùng / được / xương / từ / phở / bò / ninh

② đặc trưng / để / mỗi / bí quyết / nấu / đều / hương vị / có / nhà hàng / tạo ra / riêng / nước dùng

3 빈칸에 들어갈 말로 알맞은 낱말을 골라 쓰세요.

| cũng | nhất | tiêu biểu | truyền thống |

Phở là món ăn _____ của Việt Nam, _____ là một trong những món ăn _____ cho ẩm thực Việt Nam. Trong đó, phở Hà Nội và phở Nam Định được biết tới nhiều _____.

확인학습 정답

1. (1) – b, (2) – e, (3) – d, (4) – a, (5) – c
2. (1) Nước dùng phở được ninh từ xương bò.
   (2) Mỗi nhà hàng đều có bí quyết nấu nước dùng riêng để tạo ra hương vị đặc trưng.
3. Phở là món ăn truyền thống của Việt Nam, cũng là một trong những món ăn tiêu biểu cho ẩm thực Việt Nam. Trong đó, phở Hà Nội và phở Nam Định được biết tới nhiều nhất.

3 노점(露店)

Gọi là quán vỉa hè ❶vì người bán và người ăn ngồi ❷ngay trên vỉa hè. Quán vỉa hè có hai loại là ❸quán nước và ❹quán ăn. Quán nước thường bán trà nóng, trà đá, bánh, kẹo, thuốc lá, v.v.. Quán ăn thường bán những món ăn như phở, ❺xôi, bún, cháo, v.v..

Từ vựng 단어

vỉa hè	보도, 인도	kẹo	사탕
thuốc lá	담배	cháo	죽

✏️ 글의 내용을 토대로 다음 질문에 답하세요.

1. Vì sao gọi là quán vỉa hè?

2. Quán vỉa hè có mấy loại? Loại đó là gì?

3. Quán nước thường bán gì?

4. Quán ăn thường bán gì?

> **본문해석**
>
> 파는 사람과 먹는 사람이 길거리에 바로 앉기 때문에 노점(길거리 가게)이라고 부른다. 노점은 음료수 가게와 음식 가게, 이렇게 두 종류가 있다. 음료수 가게는 주로 따뜻한 차, 아이스 티, 빵, 사탕, 담배 등을 판다. 음식 가게는 주로 phở, xôi, bún, 죽 등과 같은 음식을 판매한다.

> **알아두면 좋은 팁**

❶ 뒤에 언급할 것이 앞서 말한 것의 원인 또는 이유임을 나타내는 낱말로, '~ 때문에'로 해석합니다. 본문처럼 결과 + vì + 원인으로 써도 되고, Vì người bán và người ăn ngồi ngay trên vỉa hè nên gọi là quán vỉa hè.로 vì + 원인 + nên + 결과의 어순으로 바꿔써도 동일한 표현입니다.

❷ 말하는 시기 또는 장소가 바로 그 시점과 장소임이 틀림없다는 것을 강조하는 표현입니다.

❸ 보통 '음료수 가게, 술집'을 뜻합니다. 본문에서는 길 위에 있는 가게이므로 탄산음료나 차, 사탕 등 요리할 필요 없는 것을 주로 팝니다.

❹ 보통 '식당'을 뜻합니다. 본문에서는 길 위에 있는 식당을 말하며, 미리 준비해 온 음식이나 데우기만 하면 되는 정도의 아주 간단한 음식 한두 가지만 주로 팝니다.

❺ 찹쌀과 다양한 식재료(녹두, 팥, 연꽃씨, 옥수수 등)를 넣어 밥을 짓고 한 끼 정도의 양을 바나나 잎에 싸기 때문에 편의상 '찹쌀밥 / 주먹밥 / 찹쌀 주먹밥'으로 해석해 왔는데요, 퍼와 마찬가지로 쏘이라고 부르는 추세입니다. 쏘이는 안에 들어간 식재료에 따라 이름이 있고, 색깔과 맛도 다양합니다. 예를 들어 xôi lạc은 땅콩이 들어 간 쏘이이고 xôi gấc은 치자나무 열매로 물들여 주황색인 쏘이랍니다.

정답

1. Vì người bán và người ăn ngồi ngay trên vỉa hè.
2. Quán vỉa hè có hai loại. Đó là quán nước và quán ăn.
3. Quán nước thường bán trà nóng, trà đá, bánh, kẹo, thuốc lá, v.v..
4. Quán ăn thường bán những món ăn như phở, xôi, bún, cháo, v.v..

3 노점(露店)

Ăn uống trên vỉa hè trở thành thói quen của nhiều người thành phố. Họ có thể ăn uống ở đó ❶vào tất cả các buổi trong ngày. Quán vỉa hè ❷ngày càng trở nên quen thuộc ❸đối với người Việt và ❹dần trở thành đặc trưng văn hoá riêng của Việt Nam.

Từ vựng 단어

thói quen	습관, 버릇	ngày càng	날이 갈수록, 날로
quen thuộc	익숙하다	dần	점차로, 점점

✏️ **글의 내용을 토대로 다음 질문에 답하세요.**

1 Những ai thường có thói quen ăn uống trên vỉa hè?

---

2 Người ta có thể ăn uống ở quán vỉa hè vào lúc nào?

---

3 Quán vỉa hè đã trở nên quen thuộc đối với người Việt chưa?

---

4 Quán vỉa hè dần trở thành cái gì?

> **본문해석**
>
> 길거리에서 먹고 마시는 것은 수많은 도시인들의 습관이 되었다. 그들은 하루 중 모든 식사를 그곳에서 먹고 마실 수 있다. 노점은 나날이 베트남 사람들에게 익숙해졌고 점차 베트남의 고유한 문화적 특징이 되었다.

알아두면 좋은 팁

❶ 시간, 시기와 관련된 표현 앞에 쓰고 '~에'로 해석합니다.
❷ 시간에 따라 수량, 정도가 증가함을 나타내는 표현으로 '나날이, 날이 갈수록'의 뜻입니다. càng ngày càng으로 써도 됩니다.
❸ 뒤에 언급될 사람 또는 사물, 사건이 말한 것의 범위 또는 대상임을 나타내는 표현으로 '~에게'로 해석합니다.
❹ '점차로, 점점'의 뜻으로, 일 또는 과정이 조금씩 천천히 일어나는 방식임을 나타냅니다.

정답

1. Nhiều người thành phố thường có thói quen ăn uống trên vỉa hè.
2. Người ta có thể ăn uống ở quán vỉa hè vào tất cả các buổi trong ngày.
3. Rồi, quán vỉa hè ngày càng trở nên quen thuộc đối với người Việt.
4. Quán vỉa hè dần trở thành đặc trưng văn hoá riêng của Việt Nam.

확인학습

1 다음 낱말에 해당하는 베트남어와 선을 그어 연결해 보세요.

① 담배 • • a thuốc lá

② 습관, 버릇 • • b thói quen

③ 문화 • • c ngày càng

④ 날이 갈수록, 날로 • • d vỉa hè

⑤ 보도, 인도 • • e văn hoá

2 다음 낱말을 어순에 맞게 배열해 보세요.

① có / loại / quán nước / quán ăn / là / hai / quán vỉa hè / và

② quán ăn / bán / phở / xôi / như / thường / món ăn / những

3 빈칸에 들어갈 말로 알맞은 낱말을 골라 쓰세요.

| buổi | riêng | trở nên | trở thành |

Ăn uống trên vỉa hè _____ thói quen của nhiều người thành phố. Họ có thể ăn uống ở đó vào tất cả các _____ trong ngày. Quán vỉa hè ngày càng _____ quen thuộc đối với người Việt và dần trở thành đặc trưng văn hoá _____ của Việt Nam.

확인학습 정답

1. (1) – a, (2) – b, (3) – e, (4) – c, (5) – d
2. (1) Quán vỉa hè có hai loại là quán nước và quán ăn. 또는 Quán vỉa hè có hai loại là quán ăn và quán nước.
    (2) Quán ăn thường bán những món ăn như phở, xôi. 또는 Quán ăn thường bán những món ăn như xôi, phở.
3. Ăn uống trên vỉa hè trở thành thói quen của nhiều người thành phố. Họ có thể ăn uống ở đó vào tất cả các buổi trong ngày. Quán vỉa hè ngày càng trở nên quen thuộc đối với người Việt và dần trở thành đặc trưng văn hoá riêng của Việt Nam.

학습한 내용을 생각하며 다음 한국어를 베트남어로 바꿔보세요.

베트남 음식은 북부에서 남부까지 매우 다양하고 풍부하다. 북부 음식은 순한 맛을 가지고 있으며, 다른 지역만큼 맵거나 기름지거나 단 맛이 강하지 않다. 많은 채소와 민물 수산물을 사용한다. 특징적인 음식은 phở Hà Nội, bún chả, bún thang 등이다. 중부 지역 음식은 아주 깊은 풍미와 맵고 짠 특징이 있다. Bún bò Huế, mì Quảng, cao lầu, bánh bèo 등이 대표적인 음식들이다. 남부 사람들의 음식은 보통 많은 양의 설탕과 코코넛 밀크를 사용하여 달고, 기름진 맛을 내게 된다. 남부 음식은 cá kho tộ, thịt kho nước dừa 또는 lẩu mắm miền Tây, hủ tiếu Nam Vang 등과 같은 음식들로 유명하다.

Phở는 베트남의 전통음식이며 베트남 음식을 대표하는 음식 중 하나이다. 그 중 phở Hà Nội와 phở Nam Định이 가장 많이 알려져 있다. 성분(재료)에 따라 소고기 phở와 닭고기 phở, 두 종류의 주요한 phở가 있다. 그러나 맛있는 phở를 만들기 위해 가장 중요한 것은 여전히 육수이다. Phở 육수는 소뼈로 우려낸다. 모든 식당마다 특징있는 맛을 내기 위한 자기만의 육수 끓이는 비법이 있다.

파는 사람과 먹는 사람이 길거리에 바로 앉기 때문에 노점(길거리 가게)이라고 부른다. 노점은 음료수 가게와 음식 가게, 이렇게 두 종류가 있다. 음료수 가게는 주로 따뜻한 차, 아이스 티, 빵, 사탕, 담배 등을 판다. 음식 가게는 주로 phở, xôi, bún, 죽 등과 같은 음식을 판매한다. 길거리에서 먹고 마시는 것은 수많은 도시인들의 습관이 되었다. 그들은 하루 중 모든 식사를 그곳에서 먹고 마실 수 있다. 노점은 나날이 베트남 사람들에게 익숙해졌고 점차 베트남의 고유한 문화적 특징이 되었다.

Bài 6

Y phục Việt Nam

베트남 의복

1. 아오자이(Áo dài)
2. 아오바바(áo bà ba)
3. 아오뜨턴(áo tứ thân)

1 아오자이 (Áo dài)

Áo dài là ❶trang phục truyền thống của Việt Nam. Thời xưa, Áo dài được ❷cả nam và nữ mặc mỗi ngày. Nhưng ngày nay, Áo dài ❸chỉ được mặc trong các dịp lễ, tiệc và nữ mặc nhiều hơn nam. Ngoài ra, Áo dài cũng là đồng phục của các nữ sinh. ❹Chính vì thế, Áo dài trở thành biểu tượng của ❺phái đẹp Việt Nam.

Từ vựng 단어

trang phục	의상, 복장	thời xưa	옛날
dịp lễ	명절	tiệc	잔치, 연회
đồng phục	유니폼, 단체복	nữ sinh	여학생
biểu tượng	표상, 상징	phái đẹp	여성

✏️ 글의 내용을 토대로 다음 질문에 답하세요.

1 Áo dài có phải là trang phục truyền thống của Việt Nam không?

---

2 Thời xưa, nam có mặc Áo dài không?

---

3 Ngày nay, nam có mặc Áo dài nhiều hơn nữ không?

---

4 Ngày nay, Áo dài là đồng phục của ai?

---

5 Áo dài trở thành biểu tượng của ai?

> **본문해석**
>
> Áo dài는 베트남의 전통 의상이다. 옛날에는 남녀 모두 매일 Áo dài를 입었다. 그러나 요즘 Áo dài는 명절이나 잔치에만 입고 여성이 남성보다 많이 입는다. 이밖에도, Áo dài는 여학생의 교복이기도 하다. 그 때문에 Áo dài는 베트남 여성의 상징이 되었다.

> **알아두면 좋은 팁**

❶ 일반적으로 바깥에 입는 옷을 지칭하는 말로, (quần) áo(옷), đồ mặc(입을 것), y phục(의복, 옷)과 비슷한 뜻입니다.

❷ cả A và B는 'A와 B 모두, A는 물론 B도'라는 뜻으로, 둘 모두를 가리키는 강조 표현입니다. 굳이 강조할 필요가 없는 경우는 cả를 생략하고 A và B로 써도 무방합니다.

❸ 추가할 사람도, 사물도 없는 제한된 범위를 나타내는 낱말로, '단지, 그저, ~뿐, ~(에)만' 등의 뜻입니다. chỉ .... thôi, 또는 ... thôi로 쓸 수도 있습니다.

❹ vì thế는 '그렇기 때문에'라는 뜻인데, 앞에 chính(바로)을 써서 확실히 그러함을 강조하는 표현입니다. '바로 그러한 이유로, 바로 그 때문에' 등으로 해석합니다.

❺ 예쁜 사람들의 무리로 간주되는 '여성'을 뜻하며 người phụ nữ로 바꿔 쓸 수 있습니다.

정답

1. Phải, Áo dài là trang phục truyền thống của Việt Nam.
2. Có, thời xưa nam cũng mặc Áo dài.
3. Không, ngày nay nữ mặc Áo dài nhiều hơn nam.
4. Ngày nay, Áo dài là đồng phục của các nữ sinh.
5. Áo dài trở thành biểu tượng của phái đẹp Việt Nam.

1 아오자이 (Áo dài)

Áo dài truyền thống gồm ①cổ áo đứng hoặc tròn, hai ②tà áo trước và sau, quần dài đến gót chân. Nhờ thiết kế này, Áo dài ③mang đến vẻ đẹp dịu dàng và thanh tao cho người phụ nữ.

Từ vựng 단어

cổ áo	옷깃	tròn	둥근
tà áo	옷자락	gót chân	뒤꿈치
thiết kế	설계하다, 디자인	vẻ đẹp	미, 아름다움
dịu dàng	착하다, 곱다	thanh tao	고귀하다, 고결하다

✏️ **글의 내용을 토대로 다음 질문에 답하세요.**

1 Áo dài truyền thống có thiết kế gồm những gì?

---

2 Nhờ thiết kế này, Áo dài mang đến điều gì cho người phụ nữ?

> **본문해석**
>
> 전통 Áo dài는 세우거나 둥근 옷깃, 앞과 뒤의 두 옷 자락, 뒤꿈치까지 오는 긴 바지로 구성되어 있다. 이러한 디자인 덕분에 Áo dài는 여성에게 참하고 고결한 아름다움을 가져다 준다.

> 알아두면 좋은 팁
>
> ❶ cổ는 '목'을, áo는 '옷'이라는 뜻으로 '옷의 목(부분)'을 의미합니다.
> ❷ 아오자이, 아오바바(áo bà ba)와 같은 류의 앞, 뒤 폭이 나누어져 있는 옷의 자락을 뜻합니다.
> ❸ '운반하다'라는 뜻의 mang과 '오다'라는 뜻의 đến을 함께 써서 '가져오다, 가져다 주다'라는 표현입니다. đến 대신 đi를 쓰면 '가지고 가다'라는 표현이 되겠죠?

✎ 정답

1. Áo dài truyền thống gồm cổ áo đứng hoặc tròn, hai tà áo trước và sau, quần dài đến gót chân.
2. Nhờ thiết kế này, Áo dài mang đến vẻ đẹp dịu dàng và thanh tao cho người phụ nữ.

확인학습

1 다음 낱말에 해당하는 베트남어에 선을 그어 연결해 보세요.

① 여학생 • • a nữ sinh

② 고귀하다, 고결하다 • • b gót chân

③ 옷깃 • • c cổ áo

④ 유니폼, 단체복 • • d đồng phục

⑤ 뒤꿈치 • • e thanh tao

2 다음 낱말을 어순에 맞게 배열해 보세요.

① Việt Nam / trang phục / Áo dài / của / truyền thống / là

② Áo dài / trong / tiệc / được / các dịp lễ / chỉ / mặc

3 빈칸에 들어갈 말로 알맞은 낱말을 골라 쓰세요.

| đến | gồm | hoặc | mang đến |

Áo dài truyền thống _____ cổ áo đứng _____ tròn, hai tà áo trước và sau, quần dài _____ gót chân. Nhờ thiết kế này, Áo dài _____ vẻ đẹp dịu dàng và thanh tao cho người phụ nữ.

확인학습 정답

1. (1) – a, (2) – e, (3) – c, (4) – d, (5) – b

2. (1) Áo dài là trang phục truyền thống của Việt Nam.
(2) Áo dài chỉ được mặc trong các dịp lễ, tiệc.

3. Áo dài truyền thống gồm cổ áo đứng hoặc tròn, hai tà áo trước và sau, quần dài đến gót chân. Nhờ thiết kế này, Áo dài mang đến vẻ đẹp dịu dàng và thanh tao cho người phụ nữ.

2 아오바바(áo bà ba)

Áo bà ba là trang phục truyền thống của vùng đất Nam Bộ, Việt Nam. Đặc biệt được mặc nhiều ở khu vực ❶đồng bằng sông Cửu Long. Họ thường mặc áo bà ba khi đi làm, đi chợ, đi chơi và ❷cả những dịp lễ hội truyền thống.

Từ vựng 단어

| vùng đất | 구역, 지역 | đồng bằng sông | 삼각주, 델타 |

✏️ 글의 내용을 토대로 다음 질문에 답하세요.

1 Áo bà ba là trang phục truyền thống của vùng đất nào?

_____

2 Đặc biệt, áo bà ba được mặc nhiều ở khu vực nào?

_____

3 Người ta thường mặc áo bà ba khi nào?

_____

> **본문해석**
>
> Áo bà ba는 베트남 남부 지역의 전통 의상이다. 특히 메콩델타 지역에서 많이 입는다. 그들은 대개 일하러 갈 때, 시장갈 때, 놀러갈 때는 물론 전통 축제날에도 áo bà ba를 입는다.

Bài 6 Y phục Việt Nam 157

알아두면 좋은 팁

❶ **đồng bằng**은 '평야, 들판'을 뜻하며, **sông**은 '강'을 뜻합니다. 따라서 **đồng bằng sông**은 강에 의해 운반된 퇴적물이 오랫동안 쌓여 만들어진 평평한 지형인 '삼각주'를 의미합니다. **sông Cửu Long**(구룡강) 또는 **sông Mê Kông**(메콩강)이라 부르는 이 강은 중국에서 시작하여 미얀마, 라오스, 태국, 캄보디아를 거쳐 베트남 남부에 흐릅니다.

❷ 하나도 제외시키지 않은 전체를 뜻하며, '~까지도, ~조차도'로 해석합니다.

정답

1. Áo bà ba là trang phục truyền thống của vùng đất Nam Bộ.
2. Đặc biệt, áo bà ba được mặc nhiều ở khu vực đồng bằng sông Cửu Long.
3. Người ta thường mặc áo bà ba khi đi làm, đi chợ, đi chơi và cả những dịp lễ hội truyền thống.

2 아오바바(áo bà ba)

❶ Thân áo bà ba rộng, được xẻ tà hai bên hông và có khuy áo. Tay áo dài hoặc ngắn ❷ tuỳ ý, túi áo tiện dụng. ❸ Thông thường, áo bà ba được may bằng vải mềm, mát như lụa, the, v.v.. Nhờ thiết kế ❹ thoải mái, ngày nay, áo bà ba vẫn được cả nam và nữ yêu thích.

Từ vựng 단어

thân áo	옷의 앞 뒤 폭	xẻ	가르다, 자르다
hông	허리, 옆구리	khuy áo	단추
tuỳ ý	마음대로	tiện dụng	편리한, 실용적인
vải	옷감, 천	lụa	실크
the	얇은 비단, 시폰	thoải mái	편한, 기분 좋은

✏️ **글의 내용을 토대로 다음 질문에 답하세요.**

1 Thân áo bà ba thế nào?

_____

2 Thông thường áo bà ba được may bằng vải gì?

_____

3 Vì sao, ngày nay áo bà ba vẫn được cả nam và nữ yêu thích?

_____

> **본문해석**
>
> Áo bà ba의 앞 뒤 폭은 넓고 양쪽 옆구리까지 두 자락으로 나누어져 있으며, 단추가 있다. 소매는 임의대로 길거나 짧고, 옷의 주머니는 실용적이다. 보통 áo bà ba는 실크나 시폰 등과 같이 부드럽고, 시원한 옷감으로 만들어진다. 편안한 디자인 덕분에 오늘날에도 áo bà ba는 여전히 남녀 모두에게 사랑을 받는다.

알아두면 좋은 팁

❶ cổ áo는 옷의 목부분, tà áo는 옷자락을 뜻한다면, thân áo는 옷의 몸통 부분, 앞 뒤 폭을 뜻합니다.

❷ 원하는 것은 무엇이든지 가능하다는 표현으로, '자기 뜻에 따라, 마음대로, 임의대로' 등으로 해석합니다.

❸ 특별할 것이나 이상할 것이 없는 흔하고 자주 있는 '일반적으로, 보통의'라는 뜻입니다. thông thường 대신 bình thường을 써도 됩니다. thường을 활용하여 Áo bà ba thường được may bằng vải mềm, mát như lụa, the, v.v..으로 쓸 수도 있습니다.

❹ 제한이 있다거나 얽매이지 않고 원하는 대로 마음대로 활동할 수 있는 아주 편안한 상태를 나타내는 말로 '즐겁다, 기분 좋다, 후련하다, 시원하다, 편하다' 등으로 해석합니다.

정답

1. Thân áo bà ba rộng, được xẻ tà hai bên hông và có khuy áo.
2. Thông thường, áo bà ba được may bằng vải mềm, mát như lụa, the, v.v..
3. Nhờ thiết kế thoải mái, ngày nay, áo bà ba vẫn được cả nam và nữ yêu thích.

확인학습

1 다음 낱말에 해당하는 베트남어와 선을 그어 연결해 보세요.

① 허리, 옆구리 •   • a khuy áo

② 삼각주, 델타 •   • b đồng bằng sông

③ 단추 •   • c tiện dụng

④ 편리한, 실용적인 •   • d chợ

⑤ 시장 •   • e hông

2 다음 낱말을 어순에 맞게 배열해 보세요.

① thường / dịp lễ hội / cả / mặc / những / áo bà ba / truyền thống / họ

② áo bà ba / ở / nhiều / đồng bằng sông / được / Cửu Long / mặc / khu vực

3 빈칸에 들어갈 말로 알맞은 낱말을 골라 쓰세요.

> xẻ   may   tuỳ ý   thiết kế

Thân áo bà ba rộng, được _____ tà hai bên hông và có khuy áo. Tay áo dài hoặc ngắn _____, túi áo tiện dụng. Thông thường, áo bà ba được _____ bằng vải mềm, mát như lụa, the, v.v.. Nhờ _____ thoải mái, ngày nay, áo bà ba vẫn được cả nam và nữ yêu thích.

확인학습 정답

1. (1) – e, (2) – b, (3) – a, (4) – c, (5) – d
2. (1) Họ thường mặc áo bà ba cả những dịp lễ hội truyền thống.
   (2) Áo bà ba được mặc nhiều ở khu vực đồng bằng sông Cửu Long.
3. Thân áo bà ba rộng, được xẻ tà hai bên hông và có khuy áo. Tay áo dài hoặc ngắn tuỳ ý, túi áo tiện dụng. Thông thường, áo bà ba được may bằng vải mềm, mát như lụa, the, v.v.. Nhờ thiết kế thoải mái, ngày nay, áo bà ba vẫn được cả nam và nữ yêu thích.

3 아오뜨턴(áo tứ thân)

Áo tứ thân là trang phục truyền thống của phụ nữ miền Bắc, Việt Nam. ❶Chiếc áo này gắn liền với các làn điệu quan họ. Đến ❷đầu thế kỉ 20, áo tứ thân được mặc như trang phục ❸thường ngày. Nhưng ngày nay, áo tứ thân chỉ xuất hiện trong các lễ hội hoặc trên sân khấu truyền thống.

Từ vựng 단어

làn điệu	곡조, 가락, 리듬	thế kỉ	세기
xuất hiện	나타나다, 출현하다	sân khấu	무대

✏️ 글의 내용을 토대로 다음 질문에 답하세요.

1 Áo tứ thân là trang phục truyền thống của ai?

2 Áo tứ thân gắn liền với cái gì?

3 Đến khi nào áo tứ thân được mặc như trang phục thường ngày?

4 Ngày nay, áo tứ thân chỉ xuất hiện ở đâu?

본문해석

Áo tứ thân은 베트남 북부 지역 여성의 전통 의상이다. 이 옷은 quan họ 민요 가락과 밀접하다. 20세기 초까지 áo tứ thân을 평상복처럼 입었다. 그러나 현재 áo tứ thân은 전통 축제 또는 무대 위에서만 볼 수 있다.

알아두면 좋은 팁

❶ 쌍을 이루고 있는 일부 물건의 낱개로 분리가 된 하나를 단위별로 가리키기 위해 사용하는 낱말로 '(한) 짝'이라는 뜻으로 보통 쓰입니다. 또한 일부 무생물을 단위별로 가리키기 위해서도 사용하는 낱말입니다. 무생물이므로 cái를 써도 이해는 되지만, 좀 더 자연스러운 표현을 위해 적절한 낱말을 쓰는 연습도 필요합니다. 우리말로 '텔레비전 한 개'라도 해도 되지만, '텔레비전 한 대'라는 표현이 더욱 자연스러운 것처럼요.

❷ '머리'라는 뜻의 đầu는 시간 또는 공간의 출발점이 되는 부분을 가리키는 낱말로 '초, 초입'을 뜻합니다. 반대말은 cuối(말, 막바지)입니다.

❸ '일상, 평소, 매일'이라는 뜻으로 ngày thường, hằng ngày 등과 일맥상통합니다.

정답

1. Áo tứ thân là trang phục truyền thống của phụ nữ miền Bắc, Việt Nam.
2. Áo tứ thân gắn liền với các làn điệu quan họ.
3. Đến đầu thế kỉ 20, áo tứ thân được mặc như trang phục thường ngày.
4. Ngày nay, áo tứ thân chỉ xuất hiện trong các lễ hội hoặc trên sân khấu truyền thống.

3 아오뜨턴(áo tứ thân)

❶Bộ áo tứ thân gồm ❷áo yếm, áo khoác bốn tà và váy dài xoè đến gót chân. Thiết kế áo tứ thân ❸tượng trưng cho đức tính tốt đẹp của phụ nữ. Ví dụ, bốn tà áo tượng trưng cho ❹bố mẹ mình và bố mẹ chồng, hoặc hai tà áo buộc chặt phía trước tượng trưng cho tình cảm vợ chồng khăng khít, hoà thuận.

Từ vựng 단어

áo yếm	가슴을 가리는 옷	áo khoác	외투
xoè	퍼지다, 벌어지다	tượng trưng	상징의
đức tính	덕성	buộc	매다, 묶다
khăng khít	굳게 맺어진, 돈독한	hoà thuận	화목하다

✏️ **글의 내용을 토대로 다음 질문에 답하세요.**

1 Bộ áo tứ thân gồm những gì?

_____

2 Thiết kế áo tứ thân tượng trưng cho cái gì?

_____

3 Bốn tà áo tượng trưng cho cái gì?

_____

4 Hai tà áo buộc chặt phía trước tượng trưng cho cái gì?

_____

> **본문해석**
>
> Áo tứ thân은 안에 입는 가슴을 가리는 옷(áo yếm)과 네 자락으로 된 긴 외투, 그리고 뒤꿈치까지 내려와 살짝 퍼지는 긴 치마로 구성되어 있다. Áo tứ thân의 디자인은 여성의 훌륭한 덕성을 상징한다. 예를 들어 옷의 네 자락은 자신의 부모님과 시부모님을 상징한다거나 앞 쪽의 두 자락을 묶는 것은 부부의 끈끈한 정, 화목을 상징한다.

알아두면 좋은 팁

① 같은 류의 물건, 또는 주로 함께 사용되는 물건을 모아 하나의 완성체를 만드는 것을 나타내는 표현으로 '세트, 벌'의 뜻입니다. 이엠(yếm), 외투, 치마, 이렇게 세 종류의 옷이 모두 있어야만 아오뜨턴이라 할 수 있습니다.

② 동아시아 문화권에서 아이들과 여성의 가슴을 가리기 위해 사용하는 네모난 천입니다. 천에 긴 끈을 매달아 목과 허리에 묶어 가슴부터 배꼽까지 가릴 수 있답니다. 생김새가 비슷하여 아이들이 사용하는 '턱받이', 주방 등에서 사용하는 '앞치마'라는 뜻으로 쓰기도 합니다.

③ tượng trưng은 '상징하다'라는 뜻으로, 적절한 성질 또는 형식을 갖춘 구체적인 사물을 사용하여 어떠한 추상적인 것을 떠올리게 하려는 목적을 지니고 있습니다. tượng trưng cho로 써서 '~을/를 상징하다'라는 표현입니다.

④ mình은 '자기 자신'을 뜻하므로 bố mẹ mình은 자기 자신의 부모님을 말합니다. 그런데, 본문에서 학습한 바와 같이 áo tứ thân은 여성의 옷이기 때문에 여기서 mình은 '여성인 자기 자신'을 뜻하며, bố mẹ mình도 '자신(여성)의 부모', 즉 '친정 부모님'을 뜻합니다.

정답

1. Bộ áo tứ thân gồm áo yếm, áo khoác bốn tà và váy dài xoè đến gót chân.
2. Thiết kế áo tứ thân tượng trưng cho đức tính tốt đẹp của phụ nữ.
3. Bốn tà áo tượng trưng cho bố mẹ mình và bố mẹ chồng.
4. Hai tà áo buộc chặt phía trước tượng trưng cho tình cảm vợ chồng khăng khít, hoà thuận.

확인학습

1 다음 낱말에 해당하는 베트남어와 선을 그어 연결해 보세요.

① 무대 •   • a hoà thuận

② 화목하다 •   • b xoè

③ 곡조, 가락, 리듬 •   • c buộc

④ 매다, 묶다 •   • d sân khấu

⑤ 퍼지다, 벌어지다 •   • e làn điệu

2 다음 낱말을 어순에 맞게 배열해 보세요.

① áo / gắn liền với / chiếc / các làn điệu / này / quan họ

_____

② chỉ / áo tứ thân / trong / truyền thống / xuất hiện / các lễ hội / ngày nay

_____

3 빈칸에 들어갈 말로 알맞은 낱말을 골라 쓰세요.

| gồm | tà áo | tình cảm | tượng trưng |

Bộ áo tứ thân _____ áo yếm, áo khoác bốn tà và váy dài xoè đến gót chân. Thiết kế áo tứ thân _____ cho đức tính tốt đẹp của phụ nữ. Ví dụ, bốn _____ tượng trưng cho bố mẹ mình và bố mẹ chồng, hoặc hai tà áo buộc chặt phía trước tượng trưng cho _____ vợ chồng khăng khít, hoà thuận.

확인학습 정답

1. (1) – d, (2) – a, (3) – e, (4) – c, (5) – b

2. (1) Chiếc áo này gắn liền với các làn điệu quan họ.
(2) Ngày nay áo tứ thân chỉ xuất hiện trong các lễ hội truyền thống.

3. Bộ áo tứ thân gồm áo yếm, áo khoác bốn tà và váy dài xoè đến gót chân. Thiết kế áo tứ thân tượng trưng cho đức tính tốt đẹp của phụ nữ. Ví dụ, bốn tà áo tượng trưng cho bố mẹ mình và bố mẹ chồng, hoặc hai tà áo buộc chặt phía trước tượng trưng cho tình cảm vợ chồng khăng khít, hoà thuận.

Bài 6 Y phục Việt Nam **171**

💬 **학습한 내용을 생각하며 다음 한국어를 베트남어로 바꿔보세요.**

Áo dài는 베트남의 전통 의상이다. 옛날에는 남녀 모두 매일 Áo dài를 입었다. 그러나 요즘 Áo dài는 명절이나 잔치에만 입고 여성이 남성보다 많이 입는다. 이밖에도, Áo dài는 여학생의 교복이기도 하다. 그 때문에, Áo dài는 베트남 여성의 상징이 되었다. 전통 Áo dài는 세우거나 둥근 옷깃, 앞과 뒤의 두 옷자락, 뒤꿈치까지 오는 긴 바지로 구성되어 있다. 이러한 디자인 덕분에 Áo dài는 여성에게 참하고 고결한 아름다움을 가져다준다.

Áo bà ba는 베트남 남부 지역의 전통 의상이다. 특히 메콩델타 지역에서 많이 입는다. 그들은 대개 일하러 갈 때, 시장갈 때 , 놀러갈 때는 물론 전통 축제날에도 áo bà ba를 입는다. Áo bà ba의 앞 뒤 폭은 넓고 양쪽 옆구리까지 두 자락으로 나누어져 있으며, 단추가 있다. 소매는 임의대로 길거나 짧고, 옷의 주머니는 실용적이다. 보통 áo bà ba는 실크나 시폰 등과 같이 부드럽고, 시원한 옷감으로 만들어진다. 편안한 디자인 덕분에 오늘날에도 áo bà ba는 여전히 남녀 모두에게 사랑을 받는다.

Áo tứ thân은 베트남 북부 지역 여성의 전통 의상이다. 이 옷은 quan họ 민요 가락과 밀접하다. 20세기 초까지 áo tứ thân을 평상복처럼 입었다. 그러나 현재 áo tứ thân은 전통 축제 또는 무대 위에서만 볼 수 있다. Áo tứ thân은 안에 입는 가슴을 가리는 옷(áo yếm)과 네 자락으로 된 긴 외투, 그리고 뒤꿈치까지 내려와 살짝 퍼지는 긴 치마로 구성되어 있다. Áo tứ thân의 디자인은 여성의 훌륭한 덕성을 상징한다. 예를 들어 옷의 네 자락은 자신의 부모님과 시부모님을 상징한다거나 앞 쪽의 두 자락을 묶는 것은 부부의 끈끈한 정, 화목을 상징한다.

Bài 7

Ngày lễ Việt Nam (1)

베트남 명절 (1)

1. 뗏응우옌단(Tết Nguyên đán)
2. 바인쯩, 바인땟(bánh chưng, bánh tét)
3. 바인쯩, 바인저이(bánh dầy) 이야기

뗏응우옌단(Tết Nguyên đán)

❶ Tết Nguyên đán hay Tết Âm lịch là dịp lễ quan trọng nhất ở Việt Nam.
❷ Nhân dịp Tết, các gia đình thường mua sắm đồ đạc mới, trang trí nhà bằng hoa đào, hoa mai hay quất.

Từ vựng 단어

âm lịch	음력	nhân dịp	~에 즈음하여
mua sắm	쇼핑하다, 물건을 사다	đồ đạc	가구, 생활용품
trang trí	장식하다	hoa đào	복숭아꽃
hoa mai	매화꽃	quất	금귤

✏️ **글의 내용을 토대로 다음 질문에 답하세요.**

1 Dịp lễ quan trọng nhất ở Việt Nam là gì?

_____

2 Nhân dịp Tết, các gia đình thường làm gì?

_____

> **본문해석**
>
> Tết Nguyên đán 또는 âm lịch설은 베트남에서 가장 중요한 명절이다. 설을 맞이하여 모든 가정은 대개 새로운 가구(생활용품)를 사고 복숭아꽃, 매화꽃 또는 금귤로 집을 장식한다.

알아두면 좋은 팁

❶ 베트남, 한국, 중국을 포함한 동아시아 문화권에 속한 민족의 음력에 따른 새해 첫 명절을 말하며, Tết ta(우리 뗏), Tết Âm lịch(음력 뗏) 등이라고도 합니다. 베트남의 설 명절은 보통 음력 12월 23일부터 음력 1월 7일까지 대략 14일간 계속됩니다.

❷ 어떠한 일을 하기 위해 적합한, 편리한 기회를 얻었음을 나타내는 표현으로 '~하는 김에, ~를 맞이하여' 등으로 해석합니다. nhân과 nhân dịp은 동일합니다.

정답

1. Tết Nguyên đán hay Tết Âm lịch là dịp lễ quan trọng nhất ở Việt Nam.
2. Nhân dịp Tết, các gia đình thường mua sắm đồ đạc mới, trang trí nhà bằng hoa đào, hoa mai hay quất.

1 뗏응우옌단(Tết Nguyên đán)

Vào lúc giao thừa, người Việt Nam thường cầu mong cho những điều xấu của năm cũ qua đi và những điều tốt đẹp của năm mới tới. Và trong ngày Tết, người lớn thường cho tiền vào ❶phong bì đỏ để "❷chúc thọ" ông bà hoặc "❸lì xì" cho trẻ nhỏ.

Từ vựng 단어

giao thừa	제야(除夜), 섣달 그믐날 밤	**cầu mong**	소망하다, 희망하다
phong bì	봉투	**chúc thọ**	만수무강을 기원
lì xì	새해 용돈, 세뱃돈을 주다		

✏️ 글의 내용을 토대로 다음 질문에 답하세요.

1 Vào lúc giao thừa, người Việt Nam thường cầu mong gì?

___

2 Trong ngày Tết, người lớn thường cho tiền vào phong bì màu gì và để làm gì?

___

> **본문해석**
>
> 제야에 베트남 사람들은 보통 지난 해의 나쁜 일들은 지나가고 새해의 좋은 일들이 오기를 소망한다. 그리고 Tết에 성인은 붉은 봉투에 돈을 넣어 어르신의 "만수무강을 기원"하기 위해 드리거나, 어린이들에게 "세뱃돈"을 준다.

알아두면 좋은 팁

❶ 전설에 따르면, 섣달 그믐날 밤에 요괴 하나가 나타나는데, 이 요괴는 자고 있는 아이의 머리를 쓰다듬어 아이를 깨우고 울게 만드는 것을 좋아한답니다. 그 다음날 아이는 두통이 있고 고열이 난대요. 그래서 부모님은 감시하느라 잠을 잘 수가 없어요. 50살이 넘어서 아들을 낳은 어느 부부가 있었는데, 그 해에 8명의 선녀가 그 집을 지나가다가 이 아이가 요괴에게 화를 당할 거라는 것을 미리 알고 8개의 동전으로 변해 아이 곁을 지켰어요. 아이가 잠들었을 때 부부는 붉은 종이로 이 돈을 싸서 아이의 베게 위에 올려두고 잠이 들었어요. 한밤중에 요괴가 나타났고, 아이의 머리를 쓰다듬으려 손을 들었다가 베게 옆에 노란 빛을 내며 반짝이는 것을 보고 무서워 도망쳤습니다. 빨간 종이로 돈을 싼 일이 이웃마을 사람들에게도 전해졌어요. 그러고는 모두 기뻐하며 그것을 따라했고, 점점 새해에 새해를 축하하는 풍습이 되었답니다. 이처럼 옛날 사람들의 관념에 따르면 어린이와 어르신의 새해를 축하하는 것이 그들의 재앙을 쫓을 수 있다고 합니다. 연초에 새해를 축하하기 위한 붉은 봉투는 부적처럼 한 해 동안 아이들을 안전하고 건강하게 그리고 공부를 잘하게 해주고, 어르신들은 기원의 말처럼 건강하게 오래 살게 해 준다네요.

❷ 나이 많으신 분이 오래 살기를 기원한다는 표현입니다. 우리가 흔히 설에 어르신들에게 '오래 사세요, 건강하세요, 만수무강하세요' 등으로 인사드리는 것과 비슷합니다.

❸ 뗏을 맞이하여 어른이 아이들의 새해를 축하하는 풍습으로, 작은 봉투에 돈을 넣어 아이들에게 줍니다. 그 돈을 (tiền) lì xì라고 하며, 우리의 세뱃돈과 비슷합니다.

✏️ 정답

1. Vào lúc giao thừa, người Việt Nam thường cầu mong cho những điều xấu của năm cũ qua đi và những điều tốt đẹp của năm mới tới.

2. Trong ngày Tết, người lớn thường cho tiền vào phong bì đỏ để "chúc thọ" ông bà hoặc "lì xì" cho trẻ nhỏ.

확인학습

1 다음 낱말에 해당하는 베트남어에 선을 그어 연결해 보세요.

① 장식하다 •   • a cầu mong

② 매화꽃 •   • b âm lịch

③ 소망하다, 희망하다 • • c hoa mai

④ 봉투 •   • d trang trí

⑤ 음력 •   • e phong bì

2 다음 낱말을 어순에 맞게 배열해 보세요.

① Tết Nguyên đán / ở Việt Nam / quan trọng / dịp lễ / là / nhất

② các / mua sắm / mới / nhân dịp / gia đình / Tết / thường / đồ đạc

3 빈칸에 들어갈 말로 알맞은 낱말을 골라 쓰세요.

> lì xì   điều xấu   giao thừa   phong bì

Vào lúc _____, người Việt Nam thường cầu mong cho những _____ của năm cũ qua đi và những điều tốt đẹp của năm mới tới. Và trong ngày Tết, người lớn thường cho tiền vào _____ đỏ để "chúc thọ" ông bà hoặc "_____" cho trẻ nhỏ.

확인학습 정답

1. (1) – d, (2) – c, (3) – a, (4) – e, (5) – b

2. (1) Tết Nguyên đán là dịp lễ quan trọng nhất ở Việt Nam. 또는 Ở Việt Nam, Tết Nguyên đán là dịp lễ quan trọng nhất.

   (2) Nhân dịp Tết, các gia đình thường mua sắm đồ đạc mới.

3. Vào lúc giao thừa, người Việt Nam thường cầu mong cho những điều xấu của năm cũ qua đi và những điều tốt đẹp của năm mới tới. Và trong ngày Tết, người lớn thường cho tiền vào phong bì đỏ để "chúc thọ" ông bà hoặc "lì xì" cho trẻ nhỏ.

2 바인쯩, 바인땟 (bánh chưng, bánh tét)

Bánh chưng, bánh tét là một phần ❶không thể thiếu trong dịp Tết của người Việt. Hàng năm, trước ngày Tết, các gia đình lại ❷ngồi quây quần gói bánh. ❸Nếu ở miền Bắc có bánh chưng hình vuông thì miền Nam có bánh tét hình trụ.

Từ vựng 단어

thiếu	모자라다, 부족하다	quây quần	(옹기종기) 모이다
gói	싸다, 포장하다	hình trụ	원기둥형

📝 글의 내용을 토대로 다음 질문에 답하세요.

1 Loại bánh không thể thiếu trong dịp Tết của người Việt là gì?

_____

2 Hàng năm, trước ngày Tết, các gia đình mua bánh chưng, đúng không?

_____

3 Ở miền Bắc có bánh chưng thì miền Nam có bánh gì?

_____

4 Bánh chưng có hình vuông hay hình trụ?

_____

> **본문해석**
>
> Bánh chưng, bánh tét은 베트남 사람의 설에 없어서는 안 될 요소이다. 매해 설 전에, 모든 가족들이 모여 앉아 떡을 싼다. 북부 지역에 사각형의 bánh chưng이 있다면, 남부 지역에는 원기둥형의 bánh tét이 있다.

Bài 7 Ngày lễ Việt Nam (1)

알아두면 좋은 팁

① **không thể**는 어떠한 일의 조건 또는 능력이 충분치 못함을 나타내는 표현으로 '~할 수 없다'의 뜻입니다. 본문에서는 '부족하다'라는 뜻의 **thiếu**와 함께 써서 '부족할 수 없는, 없어서는 안 될, 반드시 있어야하는' 등의 표현입니다. **không thể**의 반대는 **có thể**입니다. 따라서 **có thể thiếu**라는 표현은 '없을 수 있는, 없어도 되는' 등의 뜻입니다.

② '옹기종기 모여 앉다, 빙 둘러 앉다'라는 뜻으로 오붓하고 친한 분위기 속에서 모이는 것을 나타내는 표현입니다. 어순은 **quây quần ngồi, ngồi quây quần** 둘 다 가능합니다.

③ **nếu … thì …** 형태로 써서 '만약 ~이면 ~이다'의 뜻입니다. 이는 가정표현으로, 조건 또는 가설을 세워 앞으로 일어날 또는 일어날 수도 있는 일을 나타냅니다. 본문에서처럼 **nếu**와 **thì** 뒤에 문장을 쓰면, '만약 주어A가 ~라면(하면) 주어B는 ~이다(한다)'라는 표현입니다. 이때, 주어A와 주어B는 동일할 수도 있고 동일하지 않을 수도 있으며, 동일한 경우는 둘 중 하나의 주어를 생략할 수 있습니다.

정답

1. Bánh chưng, bánh tét là một phần không thể thiếu trong dịp Tết của người Việt. 또는 Một phần không thể thiếu trong dịp Tết của người Việt là bánh chưng và bánh tét.
2. Không, hàng năm trước ngày Tết, các gia đình ngồi quây quần gói bánh.
3. Ở miền Bắc có bánh chưng thì miền Nam có bánh tét.
4. Bánh chưng có hình vuông.

② 바인쯩, 바인땟 (bánh chưng, bánh tét)

❶ Tuy hình dáng khác nhau nhưng nguyên liệu thì giống nhau, gồm: gạo nếp, đậu xanh, thịt lợn, lá dong. Gói bánh để thờ cúng tổ tiên, biếu tặng họ hàng, người thân. Vì người ta ❷ tin rằng bánh tét ❸ càng tròn, bánh chưng càng vuông thì năm mới càng đầy đủ, sung túc, thành công.

Từ vựng 단어

nguyên liệu	원료, 재료	gạo nếp	찹쌀
đậu xanh	녹두	lá dong	라종, 파초
thờ cúng	제사를 지내다	tổ tiên	조상, 선조
biếu tặng	드리다	họ hàng	친척
sung túc	넉넉하다, 잘살다	thành công	성공하다

✏️ 글의 내용을 토대로 다음 질문에 답하세요.

1 Nguyên liệu để làm bánh chưng và bánh tét có giống nhau không?

___

2 Nguyên liệu để làm bánh tét gồm những gì?

___

3 Người ta gói bánh để làm gì?

___

4 Người ta tin rằng bánh tét càng tròn bánh chưng càng vuông thì năm mới thế nào?

___

> **본문해석**
>
> 모양은 서로 다르지만 재료는 똑같이 찹쌀, 녹두, 돼지고기, 라종(파초)으로 구성되어 있다. 조상께 제사를 올리고 친척, 친지께 드리기 위해 떡을 싼다. 사람들은 bánh tét이 둥글수록, bánh chưng이 네모날수록 새해에 충분하고, 넉넉하며, 성공할 것이라고 믿기 때문이다.

> **알아두면 좋은 팁**
>
> ① tuy .... nhưng ... thì ...로 써서 '비록 ~일지라도(이지만) ~는 ~하다'의 뜻입니다. 뒤에 말할 내용이 당연히 일어날 수 없는 일이지만, 실제로는 그 일이 일어나고 있음을 강조하는 표현입니다. tuy 대신 dù, mặc dù를 써도 무방합니다.
>
> ② rằng은 뒤에 언급할 내용이 이미 말한 것을 설명하는 내용임을 나타내는 표현으로, 보통 동사 + rằng ...으로 써서 '~라고 동사하다'의 뜻입니다. 본문에서는 '믿다'라는 뜻의 tin과 함께 쓰여 '~라고 믿다'의 표현입니다.
>
> ③ càng은 함께 향상하는 정도가 비슷함을 나타내는 낱말로, càng ... (thì) càng ...은 '~할수록 더욱더 ~하다'의 뜻입니다. 본문에서는 càng ... càng .... thì càng ...으로 쓰였으니 '~는 ~할수록, ~는 ~할수록 더욱더 ~하다'로 해석합니다.

✏️ 정답

1. Có, nguyên liệu để làm bánh chưng và bánh tét giống nhau.
2. Nguyên liệu để làm bánh tét gồm gạo nếp, đậu xanh, thịt lợn, lá dong.
3. Người ta gói bánh để thờ cúng tổ tiên, biếu tặng họ hàng người thân.
4. Người ta tin rằng bánh tét càng tròn, bánh chưng càng vuông thì năm mới càng đầy đủ, sung túc, thành công.

확인학습

1 다음 낱말에 해당하는 베트남어와 선을 그어 연결해 보세요.

① 성공하다 •   • a thành công

② 찹쌀 •   • b gói

③ 싸다, 포장하다 •   • c hình trụ

④ 원료, 재료 •   • d nguyên liệu

⑤ 원기둥형 •   • e gạo nếp

2 다음 낱말을 어순에 맞게 배열해 보세요.

① là / phần / trong / của / bánh chưng / thiếu / người Việt / một / không thể / dịp Tết

_____

② miền Nam / bánh tét / hình trụ / có

_____

3 빈칸에 들어갈 말로 알맞은 낱말을 골라 쓰세요.

| thì | nhưng | sung túc | biểu tặng |

Tuy hình dáng khác nhau _____ nguyên liệu _____ giống nhau, gồm: gạo nếp, đậu xanh, thịt lợn, lá dong. Gói bánh để thờ cúng tổ tiên, _____ họ hàng, người thân. Vì người ta tin rằng bánh tét càng tròn, bánh chưng càng vuông thì năm mới càng đầy đủ, _____, thành công.

확인학습 정답

1. (1) – a, (2) – e, (3) – b, (4) – d, (5) – c
2. (1) Bánh chưng là một phần không thể thiếu trong dịp Tết của người Việt. 또는 Một phần không thể thiếu trong dịp Tết của người Việt là bánh chưng.
   (2) Miền Nam có bánh tét hình trụ.
3. Tuy hình dáng khác nhau nhưng nguyên liệu thì giống nhau, gồm: gạo nếp, đậu xanh, thịt lợn, lá dong. Gói bánh để thờ cúng tổ tiên, biểu tặng họ hàng, người thân. Vì người ta tin rằng bánh tét càng tròn, bánh chưng càng vuông thì năm mới càng đầy đủ, sung túc, thành công.

3 바인쯩, 바인저이(bánh dầy) 이야기

Vào ❶đời Hùng Vương thứ 6, vua khi về già, gọi các con đến và bảo sẽ truyền ngôi cho người tìm được món ăn ý nghĩa nhân dịp năm mới. Một hôm, Lang Liêu, con trai thứ 18, nằm mộng thấy vị thần đến bảo: "Gạo là vật quý nhất, vì đó là thức ăn nuôi sống con người. Con ❷hãy ❸lấy gạo nếp làm bánh hình tròn và hình vuông để tượng hình trời và đất, dùng lá bọc ngoài, ❹cho nhân bên trong để tượng hình cha mẹ sinh thành."

Từ vựng 단어

đời	대, 세대	bảo	말하다, 명령하다
truyền ngôi	왕위를 물려주다	ý nghĩa	의의, 의미
nằm mộng	꿈을 꾸다	vị thần	신(神)
vật quý	귀한 것	thức ăn	음식, 요리
tượng hình	상형(象形)	bọc	감싸다, 자루
nhân	(만두, 빵) 소	sinh thành	양육하다

✏️ **글의 내용을 토대로 다음 질문에 답하세요.**

1 Vào đời Hùng Vương thứ 6, vua khi về già, gọi các con đến và bảo gì?

2 Lang Liêu là con trai thứ mấy?

3 Lang Liêu nằm mộng thấy vị thần đến bảo gì?

4 Theo lời vị thần, làm bánh hình tròn và hình vuông để tượng trưng cho cái gì? Dùng lá bọc ngoài, cho nhân bên trong để tượng trưng cho cái gì?

본문해석

제6대 Hùng Vương 시대, 왕이 나이가 들었을 때 자식들을 불러, 새해를 맞이해 의미 있는 음식을 찾는 사람에게 왕위를 물려주겠다고 말했다. 어느 날 18번째 아들 Lang Liêu는 신이 나타나 다음과 같이 말하는 꿈을 꿨다. "쌀은 가장 귀한 것이라, 그것은 사람들을 먹여 살리는 음식이기 때문이지. 너는 찹쌀을 가지고 하늘과 땅을 상형하는 동그란 모양과 네모난 모양의 떡을 만들고, 부모님이 (자식을) 낳아 기르는 것을 형상하도록 잎을 사용하여 바깥을 싸고, 안에는 소를 넣도록 하여라."

> **알아두면 좋은 팁**

① 락비엣(Lạc Việt) 사람들의 반랑(Văn Lang)국의 모든 왕을 지칭합니다. 대월사기전서(Đại Việt Sử Ký Toàn thư)에 따르면 반랑국은 낀즈엉브엉(Kinh Dương Vương) 시기부터(기원전 2879년) 마지막 Hùng Vương(기원전 258년)까지 2622년간 지속되었다고 합니다. 1대 Hùng Vương은 베트남 역사상 전설의 왕으로 반랑국을 설립했고, 18대에 걸쳐 왕위를 계승했는데, 이 왕들을 모두 Hùng Vương이라 칭했답니다. 다시 말해 1대 Hùng Vương 부터 18대 Hùng Vương까지 있는 거죠.

② 문장 앞에 써서 어떠한 태도를 보이거나 어떠한 일을 하라고 격려, 설득, 명령하는 의도를 나타내며, '~해라, ~하자'의 뜻입니다.

③ 뭔가를 만들기 위해 또는 무슨 일을 하기 위해 사용한다는 의미를 가진 lấy를 활용하여 lấy A làm B로 쓰면 'A를 가지고 B를 만들다'라는 뜻입니다.

④ 효과를 발휘할 수 있도록 사물을 어느 자리로 옮겨놓는 것을 나타내는 표현으로, cho A vào B, cho A lên B…로 써서 'A를 B에 넣다, A를 B에 싣다' 등으로 해석합니다.

정답

1. Vào đời Hùng Vương thứ 6, vua khi về già, gọi các con đến và bảo sẽ truyền ngôi cho người tìm được món ăn ý nghĩa nhân dịp năm mới.
2. Lang Liêu là con trai thứ 18.
3. Lang Liêu nằm mộng thấy vị thần đến bảo "Gạo là vật quý nhất, vì đó là thức ăn nuôi sống con người."
4. Theo lời vị thần, làm bánh hình tròn và hình vuông để tượng hình trời và đất, dùng lá bọc ngoài, cho nhân bên trong để tượng hình cha mẹ sinh thành.

3 바인쯩, 바인저이 (bánh dầy) 이야기

Đến ngày hẹn, các hoàng tử khác mang đến ❶toàn sơn hào hải vị. Lang Liêu thì ❷chỉ có bánh chưng, bánh dầy. Hùng Vương ❸thấy lạ hỏi, thì Lang Liêu kể lại chuyện thần báo mộng. Vua Hùng ❹nếm thử, thấy bánh ngon, khen có ý nghĩa và quyết định truyền ngôi cho Lang Liêu. ❺Kể từ đó, vào ❻mỗi dịp Tết đến, mọi nhà làm bánh chưng và bánh dầy để cúng tổ tiên, trời đất.

Từ vựng 단어

hoàng tử	왕자, 황자	sơn hào hải vị	산해진미
nếm thử	맛보다	quyết định	결정하다

✏️ **글의 내용을 토대로 다음 질문에 답하세요.**

1 Đến ngày hẹn, các hoàng tử khác mang gì đến?

___

2 Lang Liêu thì mang gì đến?

___

3 Vua Hùng nếm thử rồi thấy thế nào và làm gì?

___

4 Kể từ đó, vào mỗi dịp Tết đến, mọi nhà làm bánh chưng và bánh dầy để làm gì?

___

> **본문해석**
>
> 약속한 날이 되어 다른 왕자들은 전부 산해진미를 가지고 왔다. Lang Liêu는 bánh chưng과 bánh dầy 밖에 없었다. Hùng Vương은 이상하게 여겨 묻자 Lang Liêu는 꿈에 신이 말한 것을 이야기를 했다. Hùng왕은 맛을 보고 떡이 맛있다고 느꼈고, 의미가 있음을 칭찬했으며 Lang Liêu에게 왕위를 물려주기로 결정했다. 그 때부터 Tết이 되면 집집마다 조상과 천지께 제사를 드리기 위해 bánh chưng과 bánh dầy를 만든다.

알아두면 좋은 팁

① '전체, 전부'를 뜻하며 toàn bộ, tất cả các, tất cả mọi와 동일한 표현입니다.

② '단지, 다만'의 뜻인 chỉ와 동사를 함께 써서 '단지 ~하다'라는 표현입니다. 본문에서는 có와 함께 써서 '단지 ~만 있다, ~뿐이다, ~밖에 없다'라는 뜻입니다. Lang Liêu는 바인쯩 바인저이(bánh chưng, bánh dầy)만을 가지고 왔는데요, bánh chưng은 앞에서 말한 바와 같이 뗏응우옌단에 보통 만드는 네모난 떡입니다. bánh dầy는 찹쌀을 곱게 갈아 반죽하고 동그랗고 납작하게 모양을 만들고 소는 없거나 녹두 소를 넣은 떡을 말하며, bánh giầy, bánh giày, bánh dày라고도 합니다.

③ '(눈으로) 보다, 보이다'라는 뜻 이외에 '(감각적으로, 인식적으로) 알아차리다, 깨우치다, (감정을) 느끼다'라는 의미를 가지고 있습니다. 본문에서는 다른 아들들은 모두 구하기 힘들고 거창한 음식인 산해진미를 준비해온 반면 Lang Liêu는 바인쯩과 바인저이만 가지고 왔으니 6대 Hùng Vương이 보기에 어땠을까요? 아주 이상하게 생각했겠죠? 그래서 thấy lạ(이상함을 느껴, 이상하게 여겨)라는 표현을 쓴 것입니다.

④ nếm은 음식이나 음료수의 맛이 어떤지 알아보기 위해 조금 먹거나 마시는 것을 뜻하며 '맛보다, 시음하다'로 해석합니다. 그리고 thử는 성질과 품질을 확인하고자 짧은 시간 동안 또는 조금 실제로 사용해 보는 것을 뜻하며 '시험하다, ~해보다' 등으로 해석합니다. 보통 동사 + thử 형태로 써서 '한 번 ~해보다, 시도해보다'라는 표현인데요, thử 대신 xem 또는 thử xem이라고 써도 동일합니다.

⑤ kể는 '세다, 계산하다'라는 의미로 kể từ đó는 직역하면 '그 때부터 계산하다'입니다. 즉 '그 때부터'로 해석하면 자연스럽고, kể를 생략해도 됩니다.

⑥ mỗi(마다, 각각)와 mọi(모든)는 비슷해 보이지만, 의미가 크게 다르기 때문에 주의가 필요합니다.

정답

1. Đến ngày hẹn, các hoàng tử khác mang đến toàn sơn hào hải vị.
2. Lang Liêu thì chỉ có bánh chưng, bánh dầy.
3. Vua Hùng nếm thử rồi thấy bánh ngon, khen có ý nghĩa và quyết định truyền ngôi cho Lang Liêu.
4. Kể từ đó, vào mỗi dịp Tết đến, mọi nhà làm bánh chưng và bánh dầy để cúng tổ tiên, trời đất.

확인학습

1 다음 낱말에 해당하는 베트남어와 선을 그어 연결해 보세요.

① 의의, 의미 •   • a tổ tiên

② 결정하다 •   • b truyền ngôi

③ 조상, 선조 •   • c ý nghĩa

④ 산해진미 •   • d sơn hào hải vị

⑤ 왕위를 물려주다 •   • e quyết định

2 다음 낱말을 어순에 맞게 배열해 보세요.

① Lang Liêu / vị thần / bảo / thấy / đến / nằm mộng

_____

② gạo / nuôi sống / thức ăn / con người / vì / là

_____

3 빈칸에 들어갈 말로 알맞은 낱말을 골라 쓰세요.

| mọi | kể lại | chỉ có | truyền ngôi |

Đến ngày hẹn, các hoàng tử khác mang đến toàn sơn hào hải vị. Lang Liêu thì _____ bánh chưng, bánh dầy. Hùng Vương thấy lạ hỏi, thì Lang Liêu _____ chuyện thần báo mộng. Vua Hùng nếm thử, thấy bánh ngon, khen có ý nghĩa và quyết định _____ cho Lang Liêu. Kể từ đó, vào mỗi dịp Tết đến, _____ nhà làm bánh chưng và bánh dầy để cúng tổ tiên, trời đất.

확인학습 정답

1. (1) – c, (2) – e, (3) – a, (4) – d, (5) – b

2. (1) Lang Liêu nằm mộng thấy vị thần đến bảo.
(2) Vì gạo là thức ăn nuôi sống con người.

3. Đến ngày hẹn, các hoàng tử khác mang đến toàn sơn hào hải vị. Lang Liêu thì chỉ có bánh chưng, bánh dầy. Hùng Vương thấy lạ hỏi, thì Lang Liêu kể lại chuyện thần báo mộng. Vua Hùng nếm thử, thấy bánh ngon, khen có ý nghĩa và quyết định truyền ngôi cho Lang Liêu. Kể từ đó, vào mỗi dịp Tết đến, mọi nhà làm bánh chưng và bánh dầy để cúng tổ tiên, trời đất.

💬 **학습한 내용을 생각하며 다음 한국어를 베트남어로 바꿔보세요.**

Tết Nguyên đán 또는 음력설은 베트남에서 가장 중요한 명절이다. 설을 맞이하여 모든 가정은 대개 새로운 가구(생활용품)를 사고 복숭아꽃, 매화꽃 또는 금귤로 집을 장식한다. 제야에 베트남 사람들은 보통 지난 해의 나쁜 일들은 지나가고 새해의 좋은 일들이 오기를 소망한다. 그리고 Tết에 성인은 붉은 봉투에 돈을 넣어 어르신의 "만수무강을 기원"하기 위해 드리거나, 어린이들에게 "세뱃돈"을 준다.

_____
_____
_____
_____

Bánh chưng, bánh tét은 베트남 사람의 설에 없어서는 안 될 요소이다. 매 해 설 전에, 모든 가족들이 모여 앉아 떡을 싼다. 북부 지역에 사각형의 bánh chưng이 있다면, 남부 지역에는 원기둥형의 bánh tét이 있다. 모양은 서로 다르지만 재료는 똑같이 찹쌀, 녹두, 돼지고기, 라종(파초)으로 구성되어 있다. 조상께 제사를 올리고 친척, 친지께 드리기 위해 떡을 싼다. 사람들은 bánh tét이 둥글수록, bánh chưng이 네모날수록 새해에 충분하고, 넉넉하며, 성공할 것이라고 믿기 때문이다.

_____
_____

제6대 Hùng Vương 시대, 왕이 나이가 들었을 때 자식들을 불러, 새해를 맞이해 의미 있는 음식을 찾는 사람에게 왕위를 물려주겠다고 말했다. 어느 날 18번째 아들 Lang Liêu는 신이 나타나 다음과 같이 말하는 꿈을 꿨다. "쌀은 가장 귀한 것이라, 그것은 사람들을 먹여 살리는 음식이기 때문이지. 너는 찹쌀을 가지고 하늘과 땅을 상형하는 동그란 모양과 네모난 모양의 떡을 만들고, 부모님이 (자식을) 낳아 기르는 것을 형상하도록 잎을 사용하여 바깥을 싸고, 안에는 소를 넣도록 하여라." 약속한 날이 되어 다른 왕자들은 전부 산해진미를 가지고 왔다. Lang Liêu는 bánh chưng과 bánh dầy밖에 없었다. Hùng Vương은 이상하게 여겨 묻자 Lang Liêu는 꿈에 신이 말한 것을 이야기를 했다. Hùng왕은 맛을 보고 떡이 맛있다고 느꼈고, 의미가 있음을 칭찬했으며 Lang Liêu에게 왕위를 물려주기로 결정했다. 그 때부터 Tết이 될 때 집집마다 조상과 천지께 제사를 드리기 위해 bánh chưng과 bánh dầy를 만든다.

Bài 8

ÔN TẬP 1

복습 1

ÔN TẬP 1

1 다음 밑줄 친 낱말과 의미가 같은 것은?

> Ẩm thực Việt Nam vô cùng đa dạng và phong phú từ Bắc vào Nam.

① lại
② rất
③ cũng
④ không

2 빈칸에 들어갈 말로 알맞은 것은?

> Ở Việt Nam, lượng xe ô tô cũng đang _____ lên thấy rõ.

① ít
② giảm
③ tăng
④ xuống

3 다음 밑줄 친 낱말과 의미가 같은 것은?

> Quán vỉa hè ngày càng _____ quen thuộc đối với người Việt.

① trên
② riêng
③ trở nên
④ trở thành

4 빈칸에 들어갈 말로 알맞은 것은?

> Theo số liệu Tổng điều tra dân số năm 2019, Việt Nam là quốc gia đông dân thứ 15 trên thế giới và _____ thứ 3 trong khu vực Đông Nam Á.

① lần
② năm
③ đứng
④ sống

5 다음 밑줄 친 낱말과 의미가 같은 것은?

> Áo dài trở thành biểu tượng của phái đẹp Việt Nam.

① phụ nữ   ② gia đình
③ nam giới   ④ nam và nữ

6 빈칸에 들어갈 말로 알맞은 것은?

> Xích lô là phương tiện giao thông có _____ bánh, sử dụng sức người.

① ba   ② hai
③ một   ④ mười

7 빈칸에 들어갈 말로 알맞은 것은?

> Phở là _____ truyền thống của Việt Nam.

① món ăn   ② hai loại
③ tiêu biểu   ④ xương bò

8 다음 중 밑줄에 해당하지 않는 도시는?

> Hiện nay, Việt Nam có 58 tỉnh và 5 thành phố trực thuộc trung ương.

① Đà Lạt   ② Hà Nội
③ Hải Phòng   ④ Thành phố Hồ Chí Minh

9 빈칸에 공통으로 들어갈 말로 알맞은 것은?

> Người ta tin rằng bánh tét _____ tròn, bánh chưng _____ vuông thì năm mới _____ đầy đủ, sung túc, thành công.

① tuy
② càng
③ ngay
④ chủ yếu

10 빈칸에 들어갈 말로 알맞은 것은?

> _____ là trang phục truyền thống của phụ nữ miền Bắc, Việt Nam. Chiếc áo này gắn liền với các làn điệu quan họ.

① Áo dài
② Áo bà ba
③ Áo tứ thân
④ Áo sơ mi

11 빈칸에 들어갈 말로 알맞은 것은?

> Hạ Long nằm ở tỉnh Quảng Ninh, _____ thủ đô Hà Nội 165 km.

① tại
② cách
③ trong
④ khoảng

12 빈칸에 들어갈 말로 알맞은 것은?

> Theo một thống kê năm 2015, họ phổ biến nhất của người Việt là họ _____.

① Hồ
② Vũ
③ Ngô
④ Nguyễn

13 빈칸에 들어갈 말로 알맞은 것은?

> Trong ngày Tết, người lớn thường cho tiền vào phong bì đỏ để "chúc thọ" ông bà hoặc "_____" cho trẻ nhỏ.

① túi
② lì xì
③ bánh chưng
④ quà sinh nhật

14 빈칸에 들어갈 말로 알맞은 것은?

> Áo bà ba được mặc nhiều ở khu vực _____ Cửu Long.

① núi
② vịnh
③ bờ biển
④ đồng bằng sông

15 다음 밑줄 친 낱말과 의미가 같은 것은?

> Theo ngôn ngữ Chăm, địa danh Đà Nẵng có nghĩa là "sông lớn", "cửa sông lớn".

① mang
② nghỉ
③ sống
④ nhiều

16 빈칸에 들어갈 말로 알맞은 것은?

> Xe ôm là dịch vụ chuyên chở người và hàng hoá _____ xe máy.

① hơi
② nên
③ bằng
④ nhất

17 빈칸에 들어갈 말로 알맞은 것은?

> Sài Gòn được _____ tên thành "Thành phố Hồ Chí Minh" theo tên Chủ tịch đầu tiên của nước Việt Nam Dân chủ Cộng Hoà.

① chờ
② đổi
③ mua
④ quên

18 빈칸에 들어갈 말로 알맞은 것은?

> Khi gặp ai đó lần đầu tiên, chúng ta thường phải _____ về mình.

① ngoài
② gặp mặt
③ danh thiếp
④ tự giới thiệu

19 빈칸에 들어갈 말로 알맞은 것은?

> Tên của người Việt gồm có 3 _____ chính: Họ + Tên đệm + Tên chính.

① dùng
② ví dụ
③ nữ giới
④ thành phần

20 빈칸에 들어갈 말로 알맞은 것은?

> Tết Nguyên đán _____ Tết Âm lịch là dịp lễ quan trọng nhất ở Việt Nam.

① cả
② và
③ đều
④ hay

21 다음을 베트남어로 작문하세요.

소수종족은 산간지대와 오지에 집중적으로 살고 있다.

22 다음을 베트남어로 작문하세요.

쌀은 가장 귀한 것(물건)이다. 그것은 사람을 먹여 살리는 음식이기 때문이다.

23 다음을 베트남어로 작문하세요.

1010년, Lý Công Uẩn은 Thăng Long이라는 이름으로 오늘날의 하노이에 새로운 수도를 세웠다.

24 다음을 베트남어로 작문하세요.

Bánh chưng, bánh tét은 베트남 사람의 설에 없어서는 안 될 요소(부분)이다.

25 다음을 베트남어로 작문하세요.

높은 지형으로 인해, Sa Pa의 공기는 1년 내내 선선하다.

Bài 9

Những địa điểm du lịch nổi tiếng (2)

주요 관광지 (2)

1. 달랏(Đà Lạt)
2. 무이네(Mũi Né)
3. 푸꾸옥(Phú Quốc) 섬

1 달랏(Đà Lạt)

❶ Đà Lạt là thành phố thuộc tỉnh Lâm Đồng, Việt Nam. Khí hậu ở Đà Lạt dịu mát quanh năm, cảnh quan thiên nhiên rất đẹp. ❷ Ngoài ra, với nhiều di sản kiến trúc mang phong cách nước Pháp, Đà Lạt còn là địa điểm du lịch nổi tiếng của Việt Nam.

Từ vựng 단어

khí hậu	기후, 날씨	dịu mát	시원한
cảnh quan	경관, 풍경	kiến trúc	건축, 건설하다
phong cách	태도, 스타일		

✏️ 글의 내용을 토대로 다음 질문에 답하세요.

1 Đà Lạt là thành phố thuộc tỉnh nào?

2 Khí hậu và cảnh quan thiên nhiên Đà Lạt thế nào?

3 Đà Lạt trở thành địa điểm du lịch nổi tiếng Việt Nam nhờ có những gì?

본문해석

Đà Lạt은 베트남의 Lâm Đồng성에 속한 도시이다. Đà Lạt의 기후는 일년 내내 시원하고, 자연경관이 매우 아름답다. 그 밖에도 많은 프랑스 스타일의 건축 유산과 함께, Đà Lạt은 베트남의 유명한 관광지이기도 하다.

알아두면 좋은 팁

❶ 트엉(Thượng)족의 언어에 따르면 Da 또는 Dak은 물이라는 의미로, Đà Lạt이라는 명칭은 Lát 사람의 물 또는 Lát 사람의 시냇물을 의미합니다. 19세기 말 인도차이나에 있는 프랑스인들을 위한 휴양지 건설을 목적으로 장소를 물색하던 중 폴두메르(Paul Doumer) 총독이 1893년에 이 곳을 탐험한 적이 있는 의사 알렉상드르 예르생(Alexandre Yersin)의 제안에 따라 럼비엔(Lâm Viên) 고원을 선택했답니다.

❷ ngoài ra, ... còn ...으로 써서 '그밖에도/그외에도 ~하다'라는 표현입니다. 이 때 ngoài ra는 bện cạnh đó와 바꾸어 쓸 수 있으며, còn도 cũng으로 바꾸어 쓰거나 아예 생략하기도 합니다.

정답

1. Đà Lạt là thành phố thuộc tỉnh Lâm Đồng, Việt Nam.
2. Khí hậu ở Đà Lạt dịu mát quanh năm, cảnh quan thiên nhiên rất đẹp.
3. Với nhiều di sản kiến trúc mang phong cách nước Pháp, Đà Lạt là địa điểm du lịch nổi tiếng của Việt Nam.

1 달랏(Đà Lạt)

Các địa điểm ❶không nên bỏ qua khi đến Đà Lạt là ❷thung lũng Tình yêu, ❸hồ Xuân Hương, ❹nhà ga, v.v.. Ngày nay, Đà Lạt được biết đến là "Thành phố hoa", ❺đóng vai trò trung tâm kinh tế, văn hoá của tỉnh Lâm Đồng.

Từ vựng 단어

bỏ qua	빼놓다, 넘어가다	thung lũng	계곡, 골짜기
đóng vai trò	~ 역할을 하다		

✏️ **글의 내용을 토대로 다음 질문에 답하세요.**

1 Các địa điểm không nên bỏ qua khi đến Đà Lạt là những đâu?

2 Ngày nay, Đà Lạt được biết đến là gì?

3 Đà Lạt đóng vai trò gì ở tỉnh Lâm Đồng?

> **본문해석**
>
> Đà Lạt에 갔을 때 빼놓을 수 없는 장소는 Tình yêu 계곡, Xuân Hương 호수, 기차역 등이다. 현재 Đà Lạt은 "꽃 도시"로 알려져 있으며, Lâm Đồng성의 경제, 문화 중심지 역할을 한다.

> **알아두면 좋은 팁**

① **nên**은 말하고 있는 것이 좋고, 이익이 있으며, 시행했을 때 더욱 좋아진다고 권하는 의미를 담고있는 낱말로, nên + 서술어로 써서 '~하는 것이 좋다'라고 표현입니다. 이와 반대로 **không nên** + 서술어는 '~하지 않는 것이 좋다, ~하면 안된다'의 표현입니다. 서술어를 부정하여 **nên không** + 서술어로 쓰면 nên은 더 이상 권하는 의미가 아닌 인과관계를 나타내는 낱말로 '그래서'라는 뜻을 지녀 '그래서 ~하지 않다'라는 표현입니다. 그렇기 때문에 어순에 각별히 주의할 필요가 있습니다.

② 달랏 시내에서 북쪽으로 약 5km 떨어진 곳에 위치하고 있으며, 높은 산에서 흘러 내려 오는 작은 시냇물이 모여 Đa Thiện 호수(댐)가 되었습니다. 1930년대에 인도차이나 총독과 프랑스 연인들이 데이트 장소로 주로 이용했으며, 바오다이(Bảo Đại) 황제 때까지는 화빈(Hoà Bình – 평화) 계곡이라고 부르다가 그 당시 달랏시 위원장인 응우옌비(Nguyễn Vỹ)가 1953년에 띤이에우(Tình yêu – 사랑) 계곡으로 개명하자는 의견을 냈답니다. 이곳은 1년 내내 푸른 소나무 언덕과 깊은 계곡이 있어 아름답고 매력적입니다.

③ 둘레가 5km, 면적은 25ha(헥타르)에 달하는 인공호수로, 초승달 모양을 하고 있습니다. 명칭 관련해서는 두 가지 설이 있습니다. 첫 번째는 봄에 호수 주변의 초목이 향기가 있고, 그 향이 은은하게 호수와 조화를 이룬다하여 쑤언흐엉(Xuân Hương – 춘향(봄의 향기))이라 불렀다는 설입니다. 두 번째는 19세기 베트남의 여류 시인 호쑤언흐엉(Hồ Xuân Hương)의 낭만적인 이미지가 영원하도록 1953년부터 쑤언흐엉이라는 이름을 가졌다는 설입니다.

④ 달랏시의 기차역으로, 프랑스 사람이 1932년에 시작하여 1938년에 완공했습니다. 기차역은 3개의 뾰족한 형태의 지붕이 있는데, 이것은 랑비앙산의 3개의 산봉우리 또는 떠이응우옌(Tây Nguyên)의 냐종(nhà rông – 잘라이(Gia Rai)족, 바나(Ba Na)족 마을에서만 볼 수 있는 공동집과 비슷한 외관입니다. 판장 – 달랏(Phan Rang – Đà Lạt) 철도 노선은 84km에 달하지만, 현재는 관광객들을 위해 달랏에서 짜이맛(Trại Mát)까지 7km 구간만 운행합니다.

⑤ **vai trò**는 '집단, 조직의 공동 발전 활동에서 누군가 또는 어떠한 것의 역할이나 작용'을 뜻하며, '역할을 하다'라는 표현에는 **đóng**을 씁니다.

✏️ **정답**

1. Các địa điểm không nên bỏ qua khi đến Đà Lạt là thung lũng Tình yêu, hồ Xuân Hương, nhà ga, v.v..
2. Ngày nay, Đà Lạt được biết đến là "Thành phố hoa".
3. Đà Lạt đóng vai trò trung tâm kinh tế, văn hoá của tỉnh Lâm Đồng.

확인학습

1 다음 낱말에 해당하는 베트남어에 선을 그어 연결해 보세요.

① 기차역 •   • a   kiến trúc

② 호수 •   • b   thiên nhiên

③ 건축, 건설하다 •   • c   nhà ga

④ 천연, 자연 •   • d   khí hậu

⑤ 기후, 날씨 •   • e   hồ

2 다음 낱말을 어순에 맞게 배열해 보세요.

① quanh năm / ở Đà Lạt / dịu mát / khí hậu

_____

② Việt Nam / địa điểm / là / nổi tiếng / Đà Lạt / du lịch / của

_____

3 빈칸에 들어갈 말로 알맞은 낱말을 골라 쓰세요.

> bỏ   là   biết   đóng

Các địa điểm không nên _____ qua khi đến Đà Lạt _____ thung lũng Tình yêu, hồ Xuân Hương, nhà ga, v.v.. Ngày nay, Đà Lạt được _____ đến là "Thành phố hoa", _____ vai trò trung tâm kinh tế, văn hoá của tỉnh Lâm Đồng.

확인학습 정답

1. (1) – c, (2) – e, (3) – a, (4) – b, (5) – d
2. (1) Khí hậu ở Đà Lạt dịu mát quanh năm.
   (2) Đà Lạt là địa điểm du lịch nổi tiếng của Việt Nam.
3. Các địa điểm không nên bỏ qua khi đến Đà Lạt là thung lũng Tình yêu, hồ Xuân Hương, nhà ga, v.v.. Ngày nay, Đà Lạt được biết đến là "Thành phố hoa", đóng vai trò trung tâm kinh tế, văn hoá của tỉnh Lâm Đồng.

2 무이네(Mũi Né)

❶Mũi Né là địa danh thuộc tỉnh Bình Thuận, Việt Nam. Với bãi biển trong xanh và đồi cát rộng, Mũi Né ❷được đánh giá là ❸một trong những bãi biển đẹp nhất Đông Nam Á, thu hút nhiều du khách.

Từ vựng 단어

trong xanh	맑고, 깨끗한	đồi cát	모래 언덕
đánh giá	평가하다		

✏️ 글의 내용을 토대로 다음 질문에 답하세요.

1 Mũi Né là địa danh thuộc tỉnh nào?

_____

2 Với bãi biển trong xanh và đồi cát rộng, Mũi Né được đánh giá thế nào?

_____

본문해석

Mũi Né는 베트남 Bình Thuận성에 속한 지명이다. 맑고 깨끗한 해변과 함께 넓은 모래 언덕으로 Mũi Né는 동남아에서 가장 아름다운 해변 중 하나로 평가받았으며, 수많은 여행객들을 끌어들인다.

알아두면 좋은 팁

❶ 베트남 빈투언(Bình Thuận)성 판티엣(Phan Thiết)시에 있는 곶(바다 쪽으로, 부리 모양으로 뾰족하게 뻗은 육지)의 지명입니다. 무이네라는 명칭에는 여러가지 설이 있는데, 그 중 어부들에서 출발했다는 설이 있습니다. 매번 바다에 나갔다가 폭풍을 만나면 주로 이곳에 와서 피했답니다. Mũi는 '곶'을 뜻하고 Né는 '(폭풍을) 피하다'라는 né tránh의 Né라고 합니다. 또 다른 설은, 짬(Chăm)왕의 막내 공주인 쭈옷(Chuột)에서 출발했다는 것입니다. 옛날에 이곳은 짬사람들의 땅으로 갈대가 무성하게 자라던 곳이었습니다. 짬 공주는 16살에 불치병에 걸렸고, 그 후 점(Rơm) 섬에 수양할 암(Am) 사원을 지었습니다. 그 때부터 나네(Nà Né)라는 별칭을 썼는데, 사람들이 점점 Nà Né라는 글자를 잘못 읽어 Mũi Né가 되었다고 합니다. 이와 비슷하게 '곶'을 의미하는 Mũi와 막내 공주의 이름인 Né를 써서 Mũi Né라는 명칭이 생겼다는 설도 있답니다.

❷ được + 서술어로 써서 '~하게 되다'라는 수동태의 표현인데, 서술어로 '평가하다'라는 뜻의 đánh giá를 써서 '평가되다, 평가받다'라는 의미입니다. 본문에서처럼 '~라고/로 평가받다'라는 표현에는 là를 붙여 được đánh giá là라고 쓰면 됩니다.

❸ 앞에서 một trong những + 명사로 써서 '~들 중 하나'라는 표현을 학습한 바 있는데요, 본문에서는 một trong những + 명사 + 형용사 + nhất으로 써서 최상급을 나타내며, '가장 ~한 ~들 중 하나'로 해석합니다.

정답

1. Mũi Né là địa danh thuộc tỉnh Bình Thuận, Việt Nam.
2. Với bãi biển trong xanh và đồi cát rộng, Mũi Né được đánh giá là một trong những bãi biển đẹp nhất Đông Nam Á, thu hút nhiều du khách.

2 무이네 (Mũi Né)

Đồi cát ở Mũi Né rất đặc biệt. Gồm đồi cát hồng và đồi cát trắng trải dài mênh mông, lấp lánh ❶dưới nắng vàng. Du khách ❷nên đến ❸ngắm đồi cát vào ❹buổi sáng sớm, khi cát chưa nóng rát ❺do nhiệt mặt trời, để có thể trải nghiệm ❻bước đôi chân trần trên cát.

Từ vựng 단어

trải dài	펼치다, 뻗다	mênh mông	끝없는, 광활한
lấp lánh	반짝반짝 빛나다	nóng rát	뜨겁다, 따끔거리다
bước	걷다, 걸음	chân trần	맨발

✏️ **글의 내용을 토대로 다음 질문에 답하세요.**

1 Đồi cát ở Mũi Né đặc biệt thế nào?

_____

2 Du khách nên đến ngắm đồi cát vào lúc nào và vì sao?

_____

> **본문해석**
>
> Mũi Né의 모래 언덕은 매우 특별하다. 붉은 모래 언덕과 하얀 모래 언덕이 끝없이 펼쳐져 황금빛 태양 아래 반짝인다. 여행객들은 맨발로 모래 위를 걷는 경험을 하기 위해 이른 아침, 태양열에 의해 모래가 뜨거워지지 않았을 때, 모래 언덕을 보러 가는 것이 좋다.

알아두면 좋은 팁

❶ '햇빛, 햇볕'이라는 뜻의 nắng과 '황색의, 금, 황금'의 뜻인 vàng을 함께 써서 '황금빛 햇빛'이라는 의미입니다. 보통 햇볕이 위에서 내리쬐고, 빛을 받는 대상은 그 아래 위치하기 때문에 위치를 나타내는 낱말로 dưới(아래, 밑)를 씁니다.

❷ nên + 동사로 써서 '~하는 것이 좋겠다'라는 권유 표현입니다.

❸ '보다'라는 뜻을 가진 낱말은 다양합니다. 그 중 ngắm이라는 낱말은 좋아해서 맘껏 오랫동안 주의깊게 볼 때 쓸 수 있는 표현으로 '구경하다, 바라보다'의 뜻입니다.

❹ buổi는 노동 시간과 휴식 시간에 따라, 또는 빛의 성질을 토대로 자연적인 순서에 따라 하루를 나눈 시간을 뜻하며, sáng은 해가 뜰 때부터 점심이 가까워 올때까지의 시간을 나타내는 '아침'이라는 뜻입니다. 따라서 buổi sáng은 아침 시간대를 의미합니다.

❺ 뒤에 나올 내용이 말한 일의 원인이라는 것을 나타내는 낱말로 '~에 의해, ~ 때문에'라는 뜻입니다. bởi, bởi vì, vì와 바꿔쓸 수 있습니다.

❻ 직역 하면 '두 맨발로 걷다'라는 뜻이며, đôi는 생략해도 무방합니다.

정답

1. Đồi cát ở Mũi Né đặc biệt gồm đồi cát hồng và đồi cát trắng trải dài mênh mông, lấp lánh dưới nắng vàng.

2. Du khách nên đến ngắm đồi cát vào buổi sáng sớm. Vì khi cát chưa nóng rát do nhiệt mặt trời, du khách có thể trải nghiệm bước đôi chân trần trên cát.

확인학습

1 다음 낱말에 해당하는 베트남어와 선을 그어 연결해 보세요.

① 뜨겁다, 따끔거리다 •   • a trải nghiệm

② 맨발 •   • b nóng rát

③ 맑고 깨끗한 •   • c trong xanh

④ 모래 •   • d chân trần

⑤ 체험하다, 경험하다 •   • e cát

2 다음 낱말을 어순에 맞게 배열해 보세요.

① Mũi Né / du khách / thu hút / nhiều

② có / trong xanh / đồi cát / bãi biển / rộng / Mũi Né / và

3 빈칸에 들어갈 말로 알맞은 낱말을 골라 쓰세요.

để   khi   rất   dưới

Đồi cát ở Mũi Né _____ đặc biệt. Gồm đồi cát hồng và đồi cát trắng trải dài mênh mông, lấp lánh _____ nắng vàng. Du khách nên đến ngắm đồi cát vào buổi sáng sớm, _____ cát chưa nóng rát do nhiệt mặt trời, _____ có thể trải nghiệm bước đôi chân trần trên cát.

확인학습 정답

1. (1) – b, (2) – d, (3) – c, (4) – e, (5) – a
2. (1) Mũi Né thu hút nhiều du khách.
(2) Mũi Né có bãi biển trong xanh và đồi cát rộng. 또는 Mũi Né có đồi cát rộng và bãi biển trong xanh.
3. Đồi cát ở Mũi Né rất đặc biệt. Gồm đồi cát hồng và đồi cát trắng trải dài mênh mông, lấp lánh dưới nắng vàng. Du khách nên đến ngắm đồi cát vào buổi sáng sớm, khi cát chưa nóng rát do nhiệt mặt trời, để có thể trải nghiệm bước đôi chân trần trên cát.

3 푸꾸옥(Phú Quốc) 섬

Đảo Phú Quốc ① có diện tích hơn 567 km², dài 49 km. Đây là hòn đảo lớn nhất Việt Nam, ② được mệnh danh là Đảo Ngọc. Đặc biệt, từ năm 2018, Phú Quốc đã khai trương ③ hệ thống cáp treo Hòn Thơm dài nhất thế giới.

Từ vựng 단어

diện tích	면적	hòn đảo	섬
mệnh danh	명명하다, 일컫다	khai trương	개장하다, 개시하다
cáp treo	케이블카		

✏️ 글의 내용을 토대로 다음 질문에 답하세요.

1. Đảo Phú Quốc có diện tích bao nhiêu ki lô mét vuông và dài bao nhiêu ki lô mét?

2. Hòn đảo lớn nhất Việt Nam là hòn đảo nào?

3. Đảo Phú Quốc được mệnh danh là gì?

4. Phú Quốc đã khai trương hệ thống cáp treo Hòn Thơm dài nhất thế giới từ khi nào?

본문해석

Phú Quốc 섬은 567km² 이상의 면적으로, 길이는 49km이다. 이곳은 베트남에서 가장 큰 섬으로, Đảo Ngọc이라고도 부른다. 특히 2018년부터 Phú Quốc은 세계에서 가장 긴 Hòn Thơm 케이블카 시스템을 개시했다.

알아두면 좋은 팁

❶ '~ 면적을 가지고 있다, ~면적이다'라는 뜻입니다. 보통 '~이다'라는 표현을 보면 là를 쉽게 떠올리는데요, là는 뒤에 나올 내용이 앞에 말한 것의 내용임을 나타내는 표현으로, A=B의 문장 구조에 씁니다. 본문에서는 푸꾸옥섬 = 면적이 아니라, 567km² 이상의 면적과 49km 길이로 되어 있기 때문에 là가 아닌 có를 써야 한다는 점을 꼭 기억하세요.

❷ 앞에서 배운 바와 같이 được + 동사 + là …는 '~라고 ~되다/받다'의 표현으로 mệnh danh(명명하다, 일컫다)과 함께 써서 '~라고 부르다'라는 뜻입니다. mệnh danh 대신 mang tên là(~라는 이름을 가지다)로 써도 비슷한 표현입니다. Đảo Ngọc은 '섬'이라는 뜻의 đảo와 '옥 (보석 중 하나)'을 뜻하는 Ngọc을 함께 써서 '옥(보석) 섬'을 의미합니다. 또한 ngọc은 ngọc trai(진주)의 ngọc으로 '진주 섬'이라 이해할 수도 있습니다. 실제로 푸꾸옥섬에는 진주 양식장이 많이 있답니다.

❸ 푸꾸옥 섬과 안터이(An Thới) 군도에 속한 혼텀(Hòn Thơm – 파인애플 섬) 섬을 연결하는 케이블카 시스템입니다. 이것은 현대적인 3줄 케이블로 총 길이가 7,899.9m에 달하며 안터이 역에서 혼즈어(Hòn Dừa – 코코넛 섬), 혼저이(Hòn Rơi – 떨어진 섬 (현지인들은 Hòn Rỏi라고도 함)를 지나 혼텀 섬까지 연결하여, 세계에서 가장 긴 케이블카로 기네스북에 등재되었답니다.

정답

1. Đảo Phú Quốc có diện tích hơn 567 km², dài 49 km.
2. Đảo Phú Quốc là hòn đảo lớn nhất Việt Nam. 또는 Hòn đảo lớn nhất Việt Nam là đảo Phú Quốc.
3. Đảo Phú Quốc được mệnh danh là Đảo Ngọc.
4. Từ năm 2018, Phú Quốc đã khai trương hệ thống cáp treo Hòn Thơm dài nhất thế giới.

③ 푸꾸옥(Phú Quốc) 섬

Khi đến đây, du khách có cơ hội thưởng thức nhiều món ăn và đặc sản. Ví dụ như ❶ tiêu xanh, ❷ nước mắm, v.v.. ❸ Bãi Sao, ❹ chùa Hộ Quốc, ❺ làng chài Rạch Vẹm, v.v. cũng là những địa điểm nên ghé qua tại Phú Quốc.

Từ vựng 단어

cơ hội	기회	thưởng thức	즐기다, 감상하다
đặc sản	특산품	tiêu	후추
làng chài	어촌	ghé qua	들르다

✏️ **글의 내용을 토대로 다음 질문에 답하세요.**

1 Khi đến Phú Quốc, du khách có cơ hội gì?

---

2 Ở Phú Quốc có đặc sản gì?

---

3 Những địa điểm nên ghé qua tại Phú Quốc là những đâu?

> **본문해석**
>
> 이곳에 와서 관광객들은 수많은 음식과 특산품을 즐길 기회가 있다. 예를 들어서 청후추, 느억맘 등이다. Bãi Sao, Hộ Quốc사, Rạch Vẹm 어촌 등도 Phú Quốc에서 들러야 할 장소들이다.

알아두면 좋은 팁

❶ 푸꾸옥 섬은 아름다운 해변과 생태휴양지로 유명할 뿐만 아니라 후추의 본고장이라 할 수 있습니다. '후추 왕국'이라고도 불리우는 푸꾸옥 섬은 메콩델타 지역의 가장 큰 후추 농장이라 해도 과언이 아닙니다. 이곳의 후추는 상급으로, 향이 좋고 다양하여 기호에 따라 선택할 수 있습니다.

❷ 푸꾸옥 섬의 느억맘이 국내외에서 오래전부터 유명한 이유는 고단백질에 특징적인 색깔, 냄새, 맛이 있어서 뿐만 아니라 이곳 사람들의 느억맘 만드는 오랜 전통 때문입니다. '느억맘 통집'이 바로 전통 느억맘을 생산하는 곳입니다. 사람들은 큰 나무 통에서 느억맘을 생산합니다. 느억맘 생산 과정 중 날씨의 영향을 받지 않도록 이 통을 집 안에 두기 때문에 '느억맘 통집'이라는 말이 생겨났대요.

❸ 푸른 바닷물에 7km 가량의 곱고 흰 모래사장이 펼쳐진 해변으로, 달처럼 완만하게 구부러진 길이 있는 이곳은 푸꾸옥의 가장 아름다운 해변들 중 하나입니다. 옛날에 이 해변에서는 해가 지면 흰 모래사장이 수천 마리의 불가사리로 넘쳐나는 것을 보고 이곳이 불가사리가 밤에 사는 장소로 여겨 이곳을 바이사오(bãi sao), 즉 바이사오비엔(bãi sao biển - 불가사리 해변)으로 이름 지었다고 합니다.

❹ 호국사 또는 호국죽림선원(Thiền Viện Trúc Lâm Hộ Quốc)이라고도 부르는 이곳은 2011년에 짓기 시작하여 2012년에 완공되었습니다. 면적은 12ha 정도이며 앞에는 푸른 바다가 펼쳐져있고 뒤에는 거대한 산이 있는데다 푸꾸옥에서 유명 관광지로 가는 주요 도로 위에 있어 아주 풍수적으로 좋은 위치에 있다고 말할 수 있습니다. 호국사는 멀고 험한 이 푸꾸옥에 살고 있는 국민과 함께 조국을 보호하고 국경을 지킨다는 의미랍니다.

❺ 푸꾸옥 섬의 북쪽에 위치하고 있는 이 어촌마을은 170가구 정도만이 살고 있는 아주 작은 마을이고, 여기 살고 있는 사람들의 주직업은 고기잡이랍니다. 이곳은 수많은 여행객들에게 '불가사리의 왕국'으로 알려져 있습니다. 왜냐하면 이곳은 붉은 불가사리 수천 마리의 집이거든요.

정답

1. Khi đến Phú Quốc, du khách có cơ hội thưởng thức nhiều món ăn và đặc sản.
2. Ở Phú Quốc có tiêu xanh, nước mắm, v.v..
3. Những địa điểm nên ghé qua tại Phú Quốc là Bãi Sao, chùa Hộ Quốc, làng chài Rạch Vẹm, v.v..

확인학습

1 다음 낱말에 해당하는 베트남어와 선을 그어 연결해 보세요.

① 후추 •   • a diện tích

② 면적 •   • b tiêu

③ 어촌 •   • c mệnh danh

④ 명명하다, 일컫다 •   • d hệ thống

⑤ 체계, 시스템 •   • e làng chài

2 다음 낱말을 어순에 맞게 배열해 보세요.

① hòn đảo / Việt Nam / lớn / đảo Phú Quốc / là / nhất

② thế giới / nhất / hệ thống cáp treo Hòn Thơm / dài

3 빈칸에 들어갈 말로 알맞은 낱말을 골라 쓰세요.

> có   dài   mệnh danh   khai trương

Đảo Phú Quốc _____ diện tích hơn 567 km², _____ 49 km. Đây là hòn đảo lớn nhất Việt Nam, được _____ là Đảo Ngọc. Đặc biệt, từ năm 2018, Phú Quốc đã _____ hệ thống cáp treo Hòn Thơm dài nhất thế giới.

확인학습 정답

1. (1) – b, (2) – a, (3) – e, (4) – c, (5) – d
2. (1) Đảo Phú Quốc là hòn đảo lớn nhất Việt Nam. 또는 Hòn đảo lớn nhất Việt Nam là đảo Phú Quốc.
   (2) Hệ thống cáp treo Hòn Thơm dài nhất thế giới.
3. Đảo Phú Quốc có diện tích hơn 567 km², dài 49 km. Đây là hòn đảo lớn nhất Việt Nam, được mệnh danh là Đảo Ngọc. Đặc biệt, từ năm 2018, Phú Quốc đã khai trương hệ thống cáp treo Hòn Thơm dài nhất thế giới.

💬 **학습한 내용을 생각하며 다음 한국어를 베트남어로 바꿔보세요.**

Đà Lạt은 베트남의 Lâm Đồng성에 속한 도시이다. Đà Lạt의 기후는 일년 내내 시원하고, 자연경관이 매우 아름답다. 그 밖에도 많은 프랑스 스타일의 건축 유산과 함께, Đà Lạt은 베트남의 유명한 관광지이기도 하다. Đà Lạt에 갔을 때 빼놓을 수 없는 장소는 Tình yêu 계곡, Xuân Hương 호수, 기차역 등이다. 현재 Đà Lạt은 "꽃 도시"로 알려져 있으며, Lâm Đồng성의 경제, 문화 중심지 역할을 한다.

_____
_____
_____
_____
_____

Mũi Né는 베트남 Bình Thuận성에 속한 지명이다. 맑고 깨끗한 해변과 함께 넓은 모래 언덕으로 Mũi Né는 동남아에서 가장 아름다운 해변 중 하나로 평가받았으며, 수많은 여행객들을 끌어들인다. Mũi Né의 모래 언덕은 매우 특별하다. 붉은 모래 언덕과 하얀 모래 언덕이 끝없이 펼쳐져 황금빛 태양 아래 반짝인다. 여행객들은 맨발로 모래 위를 걷는 경험을 하기 위해 이른 아침, 태양열에 의해 모래가 뜨거워지지 않았을 때, 모래 언덕을 보러 가는 것이 좋다.

Phú Quốc 섬은 567 km² 이상의 면적으로, 길이는 49 km이다. 이곳은 베트남에서 가장 큰 섬으로, Đảo Ngọc이라고도 부른다. 특히 2018년부터 Phú Quốc은 세계에서 가장 긴 Hòn Thơm 케이블카 시스템을 개시했다. 이곳에 와서 관광객들은 수많은 음식과 특산품을 즐길 기회가 있다. 예를 들어서 청후추, 느억맘 등이다. Bãi Sao, Hộ Quốc사, Rạch Vẹm 어촌 등도 Phú Quốc에서 들러야 할 장소들이다.

Bài 10

Truyện cổ tích Việt Nam

베트남 이야기

1. 락롱꿘(Lạc Long Quân)과 어우꺼(Âu Cơ)
2. 용의 자손 선녀의 후손
3. 호그엄(Hồ Gươm) 전설

 **락롱꿘**(Lạc Long Quân)**과 어우꺼**(Âu Cơ)

Lạc Long Quân là con trai của thủ lĩnh ❶Kinh Dương Vương và Long Nữ – con gái ❷Long Vương. Trong một lần lên cạn giúp dân diệt trừ yêu quái, Lạc Long Quân đã gặp và kết duyên cùng nàng ❸Âu Cơ vốn thuộc dòng họ ❹Thần Nông, sống ở vùng núi cao phương Bắc.

Từ vựng 단어

thủ lĩnh	수령	cạn	마르다, 육지
diệt trừ	박멸하다, 근절하다	yêu quái	요괴
kết duyên	인연을 맺다	nàng	아가씨, 그녀, 당신

✏️ 글의 내용을 토대로 다음 질문에 답하세요.

1 Lạc Long Quân là con trai của ai?

2 Lạc Long Quân đã gặp và kết duyên cùng ai?

3 Âu Cơ vốn thuộc dòng họ Thần Nông sống ở đâu?

> **본문해석**
>
> Lạc Long Quân은 수령 Kinh Dương Vương과 Long Vương의 딸 Long Nữ의 아들이다. 한번은, 육지로 올라와서 백성을 도와 요괴를 물리치는 중에, Lạc Long Quân은 북방 고산지대에 살고 있는 Thần Nông 가문의 아가씨 Âu Cơ를 만나 인연을 맺었다.

> **알아두면 좋은 팁**

❶ 전설의 인물로, 낀즈엉브엉(Kinh Dương Vương – 경양왕)은 이름이 록뚝(Lộc Tục)이고 턴농(Thần Nông – 신농)의 4대손으로, 씩뀌(Xích Quỷ – 적귀: 베트남의 기원)를 세운 왕입니다. 그렇기 때문에 베트남과 베트남 사람들의 최초의 시조로 여깁니다. 박닌(Bắc Ninh) 성에는 베트남의 시조인 Kinh Dương Vương의 묘가 있습니다.

❷ 롱브엉(Long Vương – 용왕)은 머리는 용이고 몸은 사람인 신으로, 중국 신화에 따르면 큰 4대양을 다스립니다. 용왕이 사는 곳을 용궁이라 하며, 사람들은 강, 호수, 바다, 연못 등 물이 있는 곳은 어디든 용왕이 있다고 믿었답니다.

❸ 어우꺼(Âu Cơ)는 델라이(Đế Lai – 베트남 역사 상 Thần Nông 가문의 7번째 왕)의 딸입니다. 아버지가 남방을 정찰나갈 때 어우꺼를 데리고 와 동굴에 놔뒀는데, 락롱꿘이 이곳에 와 아름다운 여인을 보고 사랑에 빠졌다는 설이 있으며, 어우꺼가 어머니의 고향인 랑스엉(Lăng Sương) 동굴에 살고 있다가 쯔엉사(Trường Sa) 주에 놀러와서 락롱꿘을 만났다는 설도 있습니다. 또한, 어우꺼는 높은 산봉우리에 살고 있는 아름다운 선녀로, 자비심도 있고 의술도 뛰어나 4방을 돌아다니며 아픈 사람, 어려움을 겪는 사람들을 치료해 주었다고 합니다. 어느날 괴물 한 마리가 나타나 겁을 주자 그녀가 학으로 변해 날아갔고, 그것을 본 락롱꿘은 괴물을 물리치고 둘이 사랑하게 되었다는 이야기도 전해 내려오고 있습니다.

❹ 비엠데(Viêm Đế – 염제)라고도 부르며, 중국 상고시대의 유명한 3황 중 하나입니다. 다이비엣스끼또안트(Đại Việt sử ký toàn thư – 대월사기전서)에 따르면 턴농은 베트남의 시조로 그의 왕국은 양자강과 황하강의 일부, 그리고 남쪽으로는 지금 베트남의 홍강 델타까지 포함되었다 합니다. 또한, 전설에 따르면 턴농은 지금으로부터 약 5천년 전에 살았고 베트남 사람들에게 농사짓는 법과 농기구 제조 및 사용법을 가르쳐줬다고 합니다.

✏️ 정답

1. Lạc Long Quân là con trai của thủ lĩnh Kinh Dương Vương và Long Nữ - con gái Long Vương.
2. Lạc Long Quân đã gặp và kết duyên cùng nàng Âu Cơ.
3. Âu Cơ vốn thuộc dòng họ Thần Nông sống ở vùng núi cao phương Bắc.

1 락롱꿘(Lạc Long Quân)과 어우꺼(Âu Cơ)

❶Không lâu sau đó, Âu Cơ có mang. Nàng ❷sinh ra cái bọc trăm trứng, nở ra 100 người con trai. Lạc Long Quân ❸không quen sống trên cạn ❹nên nói với Âu Cơ rằng: "❺Ta là giống Rồng, ❻nàng là giống Tiên, thuỷ hoả khác nhau, ❼không ở cùng nhau được".

Từ vựng 단어

có mang	임신하다	nở ra	부화하다, 퍼지다
giống	혈통, 유사한	thuỷ hoả	물과 불

✏️ **글의 내용을 토대로 다음 질문에 답하세요.**

1 Âu Cơ sinh ra cái gì?

_____

2 Lạc Long Quân có quen sống trên cạn không?

_____

3 Lạc Long Quân nói gì với Âu Cơ?

_____

> **본문해석**
>
> 얼마 후 Âu Cơ는 임신을 했다. 그녀는 100개 알이 든 자루를 낳았고, 100명의 아들로 부화했다. Lạc Long Quân은 육지에 사는 것이 익숙하지 않아 Âu Cơ에게 "나는 용 혈통이고, 당신은 선녀 혈통으로, 물과 불이 서로 달라 함께 있을 수가 없소."라고 말했다.

알아두면 좋은 팁

① **không lâu**(짧은 시간, 오래지 않다, 잠시)와 **sau đó**(그 후, 그리고 나서)를 함께 써서 '그 후로 얼마되지 않아, 얼마 후, 머지 않아, 잠시 후' 등의 근접 미래를 나타냅니다. sau đó 대신 **trước đó**를 쓰면 '조금 전에, 얼마 전'이라는 근접 과거를 표현할 수 있습니다.

② '낳다, 태어나다, 생겨나다'의 **sinh**과 '(밖으로) 나오다'라는 뜻의 **ra**를 함께 씁니다. 아이가 엄마 뱃속에서 나오는 것을 떠올려보면 ra를 함께 쓰는 것을 쉽게 이해할 수 있겠죠?

③ **quen**은 '알다, 친하다, ~에 익숙하다'의 의미입니다. không + 서술어로 쓰면 '~하지 않다'라는 부정 표현이 되므로 **không quen**은 '모른다, 익숙하지 못하다'의 뜻입니다. quen과 표기가 비슷한 **quên**은 '잊다'라는 전혀 다른 의미이므로 철자에 주의가 필요합니다.

④ 원인 + **nên** + 결과로 써서 인과관계를 나타내는 표현이며, '~해서 ~하다'로 해석합니다. **Vì** Lạc Long Quân không quen sống trên cạn **nên** nói với Âu Cơ...로 Vì를 추가하면 인과관계가 명확한 문장이 됩니다.

⑤ 문학작품에서 혼잣말을 하거나 친밀함을 가지고 동급인 상대방과 이야기 할 때 자기 자신을 지칭하는 낱말로, '나'라고 해석합니다.

⑥ 문학작품에서 존경받고, 사랑받는 아름다고 젊은 여성을 부르거나 가리키기 위해 사용하는 낱말로, '아가씨, 당신' 등으로 해석합니다.

⑦ **không ... được**은 '~할 수 없다'라는 불가능을 나타내는 표현입니다. 반대로 가능을 나타내는 표현은 **(có thể) .... được**입니다.

정답

1. Âu Cơ sinh ra cái bọc trăm trứng, nở ra 100 người con trai.
2. Không, Lạc Long Quân không quen sống trên cạn.
3. Lạc Long Quân nói với Âu Cơ rằng ta là giống Rồng, nàng là giống Tiên, thuỷ hoả khác nhau, không ở cùng nhau được.

확인학습

1 다음 낱말에 해당하는 베트남어에 선을 그어 연결해 보세요.

① 혈통, 유사한 •   • a kết duyên

② 아들 •   • b con trai

③ 요괴 •   • c vùng núi

④ 인연을 맺다 •   • d yêu quái

⑤ 산간지대 •   • e giống

2 다음 낱말을 어순에 맞게 배열해 보세요.

① Lạc Long Quân / Kinh Dương Vương / Long Nữ / là / con trai / của / là / thủ lĩnh

② lên / dân / Lạc Long Quân / yêu quái / giúp / cạn / diệt trừ

3 빈칸에 들어갈 말로 알맞은 낱말을 골라 쓰세요.

| cạn | nở ra | có mang | thuỷ hoả |

Không lâu sau đó, Âu Cơ _____. Nàng sinh ra cái bọc trăm trứng, _____ 100 người con trai. Lạc Long Quân không quen sống trên _____ nên nói với Âu Cơ rằng: "Ta là giống Rồng, nàng là giống Tiên, _____ khác nhau, không ở cùng nhau được".

확인학습 정답

1. (1) – e, (2) – b, (3) – d, (4) – a, (5) – c
2. (1) Lạc Long Quân là con trai của thủ lĩnh Kinh Dương Vương và Long Nữ.
   (2) Lạc Long Quân lên cạn giúp dân diệt trừ yêu quái.
3. Không lâu sau đó, Âu Cơ có mang. Nàng sinh ra cái bọc trăm trứng, nở ra 100 người con trai. Lạc Long Quân không quen sống trên cạn nên nói với Âu Cơ rằng: "Ta là giống Rồng, nàng là giống Tiên, thuỷ hoả khác nhau, không ở cùng nhau được".

2 용의 자손 선녀의 후손

Lạc Long Quân quyết định đem 50 người con ❶xuống biển, Âu Cơ đem 50 người con ❷lên núi. Họ chia nhau ❸trị vì các nơi, hẹn khi có việc thì giúp đỡ nhau. Người con trưởng theo Âu Cơ được ❹lên làm vua, xưng là Hùng Vương, đóng đô ở đất ❺Phong Châu, đặt tên nước là ❻Văn Lang. Văn Lang chính là tên gọi đầu tiên của ❼nước Việt Nam ngày nay.

Từ vựng 단어

đem	데리고 가다	trị vì	다스리다
xưng	칭하다, 이름 부르다	đóng đô	수도를 세우다

✏️ **글의 내용을 토대로 다음 질문에 답하세요.**

1 Lạc Long Quân quyết định thế nào?

---

2 Người con trưởng theo ai và được lên làm vua xưng là gì, đóng đô ở đâu và đặt tên nước là gì?

> **본문해석**
>
> Lạc Long Quân이 50명의 아이를 데리고 바다로 가고, Âu Cơ가 50명의 아이를 데리고 산으로 가기로 결정했다. 그들은 서로 나누어 다스리고 일이 있을 때 만나 서로 돕기로 했다. Âu Cơ를 따라간 장남은 왕이 되어 Hùng Vương이라 칭했으며, Phong Châu 땅에 수도를 세우고, Văn Lang으로 국호를 지었다. Văn Lang이 바로 오늘날 베트남의 최초 이름이다.

알아두면 좋은 팁

❶ '바다로 가다'라는 의미입니다. 보통 육지나 산의 높이를 잴 때 해수면을 기준으로 삼는데요, 이를 미루어보면 기준이 되는 해수면이 가장 낮음을 알 수 있습니다. 그렇기 때문에 낮은 곳으로 내려가는 방향성을 고려한 xuống을 씁니다.

❷ '산으로 가다'라는 의미입니다. núi는 평지보다 높이 솟아 있는 땅의 부분을 말하며, 보통 우리는 산을 올라간다라는 표현을 하죠? 따라서 높은 곳으로 올라가는 방향성을 고려한 lên을 씁니다.

❸ '왕좌에서 나라를 통치하다, 다스리다'라는 뜻의 한 낱말입니다. vì를 단독으로 떼어 '~ 때문에' 등으로 해석하지 않도록 유의합니다.

❹ '~을/를 하다'라는 뜻의 làm을 써서 '왕을 하다'라는 표현인데, 우리도 흔히 '왕위에 오른다'고 말하죠? 베트남어도 마찬가지로 '오르다'라는 뜻의 lên을 함께 쓴답니다. 직접적으로 '왕위'라는 표현인 ngôi vua를 써서 lên ngôi vua(왕위에 오르다)라고요.

❺ Văn Lang(반랑)국의 수도입니다. 4800년보다도 더 이전에 있었던 일이고, 남아 있는 역사 자료도 많지 않아 정확한 위치는 알 수 없지만 오늘날의 비엣찌(Việt Trì)시와 푸토(Phú Thọ)성의 럼타오(Lâm Thao)현에 속한 덴훙(Đền Hùng) 지역이라고 추정한답니다.

❻ 어우꺼를 따라간 장남이 세운 베트남 역사 상 최초의 국가랍니다.

❼ 베트남이라는 국명은 1804년부터 1839년까지 사용되었고, 다시 베트남이라 불리게 된 것은 1945년 이후부터입니다. 이와같이 베트남은 계속 변화해 왔고, 과거 베트남과 구분을 지어 지금의 베트남을 나타내기 위해서는 '지금, 현재'를 뜻하는 hiện nay 또는 bây giờ를 씁니다.

정답

1. Lạc Long Quân quyết định đem 50 người con xuống biển, Âu Cơ đem 50 người con lên núi.
2. Người con trưởng theo Âu Cơ được lên làm vua, xưng là Hùng Vương, đóng đô ở đất Phong Châu, đặt tên nước là Văn Lang.

2 용의 자손 선녀의 후손

❶Từ đó về sau, ❷cứ cha truyền con nối đến mười tám đời, đều lấy ❸hiệu là Hùng Vương. Vì vậy, người Việt khi nhắc đến nguồn gốc của mình thường xưng là ❹con Rồng cháu Tiên.

Từ vựng 단어

nối	잇다, 계승하다	hiệu	호(號)
nhắc đến	언급하다, 얘기하다		

✏️ 글의 내용을 토대로 다음 질문에 답하세요.

1 Từ đó về sau, cứ cha truyền con nối đến mấy đời, và họ lấy hiệu là gì?

2 Người Việt khi nhắc đến nguồn gốc của mình thường xưng là gì?

> **본문해석**
>
> 그 이후부터 18대까지 아버지가 아들에게 (왕위를) 물려주는 것이 계속되었고, 모두 Hùng Vương 이라는 호(號)를 썼다. 그렇기 때문에 베트남 사람들은 자신의 근원(뿌리)에 대해 말할 때 보통 용의 자손 선녀의 후손이라 칭한다.

① '그때부터'라는 뜻의 từ đó와 '이후, 훗날'의 뜻인 về sau를 써서 '그때 이후부터'라는 표현입니다.

② cứ는 어떤 조건에도 불구하고 특정 행동, 상태가 계속 그러함을 나타내는 말로, cứ + 동사로 써서 '계속해서 ~하다'라는 표현입니다. 보통 조건이 바뀌게 되면 행동이나 상태가 바뀌기 마련인데, 변화가 없고, 그 상태나 행동이 유지되고 있음을 나타냅니다.

③ hiệu는 원래 가지고 있던 이름 이외의 자기 스스로 자신에게 붙여주는 이름으로 대개는 뜻을 가진 한월어 한 글자로 합니다. 하지만 본문에서는 왕의 호이기 때문에 왕이 자신이 통치한 기간의 년수를 계산하기 위해 짓는 호라는 뜻의 niên hiệu(연호)로 이해하는 것이 좋겠습니다.

④ 여기서 Rồng(용)은 락롱꿘을 Tiên(선녀)은 어우꺼를 가리킵니다. 이 표현은 베트남의 시 문학에서 주로 사용하는 표현으로, 베트남 민족들의 단결을 불러일으키는 의미를 담고 있답니다.

정답

1. Từ đó về sau, cứ cha truyền con nối đến mười tám đời. Họ đều lấy hiệu là Hùng Vương.

2. Người Việt khi nhắc đến nguồn gốc của mình thường xưng là con Rồng cháu Tiên.

확인학습

1 다음 낱말에 해당하는 베트남어와 선을 그어 연결해 보세요.

① 다스리다 •   • a hẹn

② 약속하다 •   • b trị vì

③ 수도를 세우다 •   • c nguồn gốc

④ 근원, 원천, 기원 •   • d đóng đô

⑤ 잇다, 계승하다 •   • e nối

2 다음 낱말을 어순에 맞게 배열해 보세요.

① chính / Văn Lang / đầu tiên / của / ngày nay / tên gọi / là / nước Việt Nam

② theo / được / người con trưởng / làm / vua / Âu Cơ / lên

3 빈칸에 들어갈 말로 알맞은 낱말을 골라 쓰세요.

| cứ | hiệu | xưng | nhắc đến |

Từ đó về sau, _____ cha truyền con nối đến mười tám đời, đều lấy _____ là Hùng Vương. Vì vậy, người Việt khi _____ nguồn gốc của mình thường _____ là con Rồng cháu Tiên.

확인학습 정답

1. (1) – b, (2) – a, (3) – d, (4) – c, (5) – e
2. (1) Văn Lang chính là tên gọi đầu tiên của nước Việt Nam ngày nay.
(2) Người con trưởng theo Âu Cơ được lên làm vua.
3. Từ đó về sau, cứ cha truyền con nối đến mười tám đời, đều lấy hiệu là Hùng Vương. Vì vậy, người Việt khi nhắc đến nguồn gốc của mình thường xưng là con Rồng cháu Tiên.

3 호그엄(Hồ Gươm) 전설

Vào thời ❶giặc Minh đô hộ, ❷Lê Lợi dựng cờ khởi nghĩa tại ❸Lam Sơn nhưng nghĩa quân thế yếu nên thường ❹bị thua. Thấy vậy, ❺Đức Long Quân quyết định ❻cho mượn gươm thần để giết giặc. Người đánh cá ❼Lê Thận ba lần kéo lưới đều được một thanh sắt liền mang về nhà. ❽Có lần Lê Lợi ghé nhà Thận, xem thanh sắt thì thấy chữ "Thuận Thiên" khắc sâu vào lưỡi.

Từ vựng 단어

giặc	적, 적군	đô hộ	지배하다
dựng cờ khởi nghĩa	봉기의 깃발을 세우다	nghĩa quân	의군, 지원군
thế yếu	약세	thua	지다, 패하다
gươm	검, 칼	giết	죽이다, 살인하다
lưới	그물, 망	thanh sắt	쇠막대기
khắc sâu	(깊이) 새기다, 박히다	lưỡi	혀, 칼날

글의 내용을 토대로 다음 질문에 답하세요.

1 Vào thời giặc Minh đô hộ, Lê Lợi dựng cờ khởi nghĩa tại đâu?

_____

2 Khi nghĩa quân thường bị thua, Đức Long Quân quyết định gì?

_____

3 Người đánh cá Lê Thận mấy lần kéo lưới và bắt được gì?

_____

4 Có lần Lê Lợi ghé nhà Thận xem thanh sắt thì thấy gì?

_____

본문해석

Minh군 지배 시기에 Lê Lợi가 Lam Sơn에서 봉기의 깃발을 세웠지만, 의군의 세력이 약해 대부분 패배했다. 그것을 본 Đức Long Quân은 적을 무찌르도록 신검을 빌려주기로 결정했다. 어부(漁夫)인 Lê Thận은 그물을 올렸을 때 세 번 다 쇠막대기 하나를 건지자 즉시 집으로 가지고 돌아왔다. Lê Lợi가 Thận의 집에 들른 적이 있었는데, 쇠막대기를 보니 칼날에 "Thuận Thiên(順天)"이라고 새겨진 글씨가 보였다.

> **알아두면 좋은 팁**

❶ 몽고족이 이끌던 응우옌(Nguyên - 원(元))나라를 무너뜨리고 한족이 민(Minh - 명(明))나라를 세웠는데, 정식 국호는 다이민(Đại Minh - 대명(大明)(1368 - 1644)입니다. 본문에서는 이 명나라 군사를 나타내기 위해 quân 대신 giặc으로 썼는데요, 베트남 입장에서 보면 명군은 한 국가의 안전을 해치고, 재난을 일으키며 노략질을 주로 일삼는 '적, 도적'이기 때문입니다.

❷ 레타이또(Lê Thái Tổ)(1428-1433)라고도 합니다. 그는 정치가이자 군사지도자로 베트남 군대를 설립하였고, 명나라 군대가 점령한 1418년부터 명나라 군대를 다이비엣(Đại Việt)에서 완전히 격퇴한 1428년까지 맞서 싸웠고, 베트남의 독립을 회복시켰습니다. 그 후, 후(後)레(Hậu Lê)왕조를 세우고 왕위에 올랐습니다.

❸ 베트남 타인호아(Thanh Hoá) 상류 지역에 있는 산으로, 레러이가 태어난 곳입니다. 1416년 초 이곳에서 레러이는 18명의 친한 친구들과 함께 나라를 구하고자 하는 마음을 모아 적을 물리치고 나라를 평화롭게 하자고 맹세식을 했답니다. 이곳은 레러이가 이끄는 람선의군의 시작점이기도 합니다.

❹ 자신에게 이익이 되지 않는, 좋지 않은 것의 작용을 받았다는 표현입니다. 뒤의 thua는 '지다, 패배하다'라는 뜻으로, 좋지 않은 일이므로 bị와 함께 썼습니다. 이와 반대로 자신이 원하는 것 또는 이익에 부합하는 행동임을 나타낼 때는 bị가 아닌 được을 쓴답니다.

❺ 락롱꿘(Lạc Long Quân)을 말합니다.

❻ mượn은 다른 사람의 소유에 속한 물건을 일정 기간 사용한 후 돌려주기로 그 사람의 동의를 받아 사용하는 것으로 '빌리다'라는 뜻입니다. cho + 동사로 쓰면 객체가 어떠한 행동을 하게 만들다라는 표현이며, 본문의 cho mượn은 '빌려주다'의 뜻입니다.

❼ 타인호아 바다 근처의 어촌 마을에서 태어나고 자랐으며, 어부였던 그는 람선의군에 참가합니다. 그리고, 앞장서서 적을 물리치는 개국공신이 됩니다. 레러이의 친한 친구이기도 합니다.

❽ '있다'라는 뜻의 có와 '회, 차'를 나타내는 lần을 써서 과거의 지나간 어느 때, 기회 있는 어떤 때를 뜻합니다. '한번, 한번은'으로 해석하며, 단순한 1회를 뜻함이 아님에 주의합니다.

정답

1. Vào thời giặc Minh đô hộ, Lê Lợi dựng cờ khởi nghĩa tại Lam Sơn.
2. Đức Long Quân quyết định cho mượn gươm thần để giết giặc.
3. Người đánh cá Lê Thận ba lần kéo lưới và đều được một thanh sắt liền mang về nhà.
4. Có lần Lê Lợi ghé nhà Thận, xem thanh sắt thì thấy chữ "Thuận Thiên" khắc sâu vào lưỡi.

3 호그엄(Hồ Gươm) 전설

❶ Ít lâu sau, Lê Lợi bị giặc đuổi, chạy vào rừng bắt được chuôi gươm nạm ngọc trên cây. ❷ Nhớ tới lưỡi gươm nhà Thận, Lê Lợi mang về, lắp lưỡi vào chuôi thì ❸ vừa như in, ❹ mới biết đó là gươm thần. Nhờ có gươm thần, nghĩa quân đánh thắng ❺ quân xâm lược. Một năm sau đó, Lê Lợi đi thuyền chơi hồ ❻ Tả Vọng, Long Quân sai ❼ Rùa Vàng lên đòi gươm thần. Từ đó hồ Tả Vọng mang tên là ❽ Hồ Gươm.

Từ vựng 단어

đuổi	쫓다, 쫓아가다	chuôi	손잡이
nạm	새겨넣다	lắp	끼우다, 맞추다
đánh thắng	물리치다	quân xâm lược	침략군

📝 글의 내용을 토대로 다음 질문에 답하세요.

1 Ít lâu sau, Lê Lợi bị giặc đuổi chạy vào đâu và bắt được gì trên cây?

---

2 Nhớ tới lưỡi gươm nhà Thận, Lê Lợi mang về lắp lưỡi vào chuôi thì thế nào?

---

3 Nhờ có gươm thần, nghĩa quân có đánh thắng quân xâm lược không?

---

4 Một năm sau đó, Lê Lợi đi thuyền chơi hồ Tả Vọng, Long Quân sai Rùa Vàng lên làm gì?

---

5 Từ đó hồ Tả Vọng mang tên là gì?

> **본문해석**
>
> 얼마 후 Lê Lợi가 적에게 쫓겨 숲으로 들어갔을 때 나무 위에서 옥이 박힌 (검의) 손잡이를 얻었다. Thận의 집에 있던 칼날이 생각난 Lê Lợi는 가지고 와서 손잡이를 칼날에 끼우니 딱 맞아, 그것이 신검이라는 것을 알아차렸다. 신검을 지닌 덕분에 의군은 침략군을 물리쳤다. 일년 뒤 Lê Lợi가 Tả Vọng 호수에서 뱃놀이를 즐길 때, Long Quân은 황금 거북이를 시켜 신검을 돌려달라고 했다. 그때부터 Tả Vọng 호수는 Hồ Gươm이라는 이름을 갖게 되었다.

> 알아두면 좋은 **팁**

① '짧은 시간, 오래지 않은 시간'이라는 의미의 ít lâu에 '뒤, 후'를 나타내는 sau를 함께 써서 '얼마 후, 얼마 뒤'라는 뜻입니다. 앞에 학습한 không lâu sau đó와 동일한 의미입니다.

② '이전에 느꼈던 적이나 알았던 적이 있는 것을 머리 속에서 재현한다', 즉 '기억하다'라는 뜻인 nhớ에 tới를 써서 '~를 기억하다, 떠올리다, 생각해내다' 등의 표현입니다. tới 대신 đến을 쓸 수 있습니다.

③ 여기에서의 vừa는 '크기, 능력, 시간 등이 적절하다, 틈이 없이 꼭 맞다', như는 비유를 나타내는 표현으로 '~한 듯'의 뜻입니다. in은 '다양한 방법, 기술로 여러 개를 만들어 내다'라는 뜻으로 '인쇄하다, (동일하게) 찍어 내다'를 의미합니다. 종합하여 해석하면 '찍어 낸 것처럼 꼭 맞다'입니다.

④ '새로운'이라는 뜻의 mới를 mới + 동사로 써서 '막/방금 ~했다'라는 근접 과거 표현입니다. 어떠한 행동이나 사건이 일어난 것이 얼마되지 않았음을 나타냅니다.

⑤ 침략을 목적으로 하는 군대로 베트남어는 우리말 어순과 반대이므로 quân (군사) + xâm lược (침략하다)으로 써서 뒤에서 수식하도록 합니다.

⑥ 호수는 따봉(Tả Vọng – 왼쪽에서 봄), 흐우봉(Hữu Vọng – 오른쪽에서 봄), 룩투이(Lục Thuỷ – 1년 내내 물이 초록), 투이꿘(Thuỷ Quân – 수군을 시험하기 위해 사용)이라는 이름으로 불렸답니다.

⑦ 낌뀌(Kim Quy – 금귀), 타인장스자(Thanh Giang Sứ Giả – 청강사자)라고도 합니다. 수생동물로, 용신(龍神)의 명령을 전하는 역할을 합니다.

⑧ '검을 돌려주다'라는 뜻의 Hoàn Kiếm(호안끼엠 – 환검) 호수라고도 합니다.

✏️ 정답

1. Ít lâu sau, Lê Lợi bị giặc đuổi, chạy vào rừng, bắt được chuôi gươm nạm ngọc trên cây.
2. Nhớ tới lưỡi gươm nhà Thận, Lê Lợi mang về lắp lưỡi vào chuôi thì vừa như in.
3. Có, nhờ có gươm thần, nghĩa quân đánh thắng quân xâm lược.
4. Một năm sau đó, Lê Lợi đi thuyền chơi hồ Tả Vọng, Long Quân sai Rùa Vàng lên đòi gươm thần.
5. Từ đó hồ Tả Vọng mang tên là Hồ Gươm.

확인학습

1 다음 낱말에 해당하는 베트남어와 선을 그어 연결해 보세요.

① 그물, 망 •   • a thua

② 지다, 패하다 •   • b rùa

③ 혀, 칼날 •   • c lưỡi

④ 거북이 •   • d lưới

⑤ 침략군 •   • e quân xâm lược

2 다음 낱말을 어순에 맞게 배열해 보세요.

① chuôi gươm / bắt / Lê Lợi / trên / nạm ngọc / được / cây

___

② Long Quân / lên / gươm thần / Rùa Vàng / đòi / sai

___

3 빈칸에 들어갈 말로 알맞은 낱말을 골라 쓰세요.

| ghé | đô hộ | bị thua | cho mượn |

Vào thời giặc Minh _____, Lê Lợi dựng cờ khởi nghĩa tại Lam Sơn nhưng nghĩa quân thế yếu nên thường _____. Thấy vậy, Đức Long Quân quyết định _____ gươm thần để giết giặc. Người đánh cá Lê Thận ba lần kéo lưới đều được một thanh sắt liền mang về nhà. Có lần Lê Lợi _____ nhà Thận, xem thanh sắt thì thấy chữ "Thuận Thiên" khắc sâu vào lưỡi.

확인학습 정답

1. (1) – d, (2) – a, (3) – c, (4) – b, (5) – e

2. (1) Lê Lợi bắt được chuôi gươm nạm ngọc trên cây.
  (2) Long Quân sai Rùa Vàng lên đòi gươm thần.

3. Vào thời giặc Minh đô hộ, Lê Lợi dựng cờ khởi nghĩa tại Lam Sơn nhưng nghĩa quân thế yếu nên thường bị thua. Thấy vậy, Đức Long Quân quyết định cho mượn gươm thần để giết giặc. Người đánh cá Lê Thận ba lần kéo lưới đều được một thanh sắt liền mang về nhà. Có lần Lê Lợi ghé nhà Thận, xem thanh sắt thì thấy chữ "Thuận Thiên" khắc sâu vào lưỡi.

💬 **학습한 내용을 생각하며 다음 한국어를 베트남어로 바꿔보세요.**

Lạc Long Quân은 수령 Kinh Dương Vương과 Long Vương의 딸 Long Nữ의 아들이다. 한번은, 육지로 올라와서 백성을 도와 요괴를 물리치는 중에, Lạc Long Quân은 북방 고산지대에 살고 있는 Thần Nông 가문의 아가씨 Âu Cơ를 만나 인연을 맺었다. 얼마 후 Âu Cơ는 임신을 했다. 그녀는 100개 알이 든 자루를 낳았고, 100명의 아들로 부화했다. Lạc Long Quân은 육지에 사는 것이 익숙하지 않아 Âu Cơ에게 "나는 용 혈통이고, 당신은 선녀 혈통으로, 물과 불이 서로 달라 함께 있을 수가 없소."라고 말했다.

―――――――――――――――――――
―――――――――――――――――――
―――――――――――――――――――

Lạc Long Quân이 50명의 아이를 데리고 바다로 가고, Âu Cơ가 50명의 아이를 데리고 산으로 가기로 결정했다. 그들은 서로 나누어 다스리고 일이 있을 때 만나 서로 돕기로 했다. Âu Cơ를 따라간 장남은 왕이 되어 Hùng Vương이라 칭했으며, Phong Châu 땅에 수도를 세우고, Văn Lang으로 국호를 지었다. Văn Lang이 바로 오늘날 베트남의 최초 이름이다. 그 이후부터 18대까지 아버지가 아들에게 (왕위를) 물려주는 것이 계속되었고, 모두 Hùng Vương이라는 호(號)를 썼다. 그렇기 때문에 베트남 사람들은 자신의 근원(뿌리)에 대해 말할 때 보통 용의 자손 선녀의 후손이라 칭한다.

Minh군 지배 시기에 Lê Lợi가 Lam Sơn에서 봉기의 깃발을 세웠지만, 의군의 세력이 약해 대부분 패배했다. 그것을 본 Đức Long Quân은 적을 무찌르도록 신검을 빌려주기로 결정했다. 어부(漁夫)인 Lê Thận은 그물을 올렸을 때 세 번 다 쇠막대기 하나를 건지자 즉시 집으로 가지고 돌아왔다. Lê Lợi가 Thận의 집에 들른 적이 있었는데, 쇠막대기를 보니 칼날에 "Thuận Thiên(順天)"이라고 새겨진 글씨가 보였다. 얼마 후 Lê Lợi가 적에게 쫓겨 숲으로 들어갔을 때 나무 위에서 옥이 박힌 (검의) 손잡이를 얻었다. Thận의 집에 있던 칼날이 생각난 Lê Lợi는 가지고 와서 손잡이를 칼날에 끼우니 딱 맞아, 그것이 신검이라는 것을 알아차렸다. 신검을 지닌 덕분에 의군은 침략군을 물리쳤다. 일년 뒤 Lê Lợi가 Tả Vọng 호수에서 뱃놀이를 즐길 때, Long Quân은 황금 거북이를 시켜 신검을 돌려달라고 했다. 그 때부터 Tả Vọng호수는 Hồ Gươm이라는 이름을 갖게 되었다.

Bài 11

Ngày lễ Việt Nam (2)

베트남 명절 (2)

1. 공휴일
2. 추석
3. 훙(Hùng)왕 기일

1 공휴일

Ngày lễ là dịp để mọi người nghỉ ngơi hoặc ❶sum họp gia đình. Các ngày lễ thường gắn liền với một sự kiện quan trọng của ❷đất nước.

Từ vựng 단어

ngày lễ	공휴일	nghỉ ngơi	쉬다, 휴식하다
sum họp gia đình	가족과 모이다		

✏️ 글의 내용을 토대로 다음 질문에 답하세요.

1 Ngày lễ là dịp để làm gì?

_____

2 Các ngày lễ thường gắn liền với gì?

_____

> **본문해석**
>
> 공휴일은 모든 사람들이 휴식을 취하거나 가족과 모이기 위한 때이다. 공휴일은 보통 국가의 중요한 사건과 관련이 있다.

알아두면 좋은 팁

❶ '일정 시간을 멀리 떨어져 산 후 즐겁게 한 자리에 모이다'라는 뜻의 sum họp은 본문처럼 sum họp gia đình으로 쓰면 '가족과 모이다'라는 표현이고, gia đình sum họp으로 쓰면 '가족이 모이다'라는 표현입니다.

❷ '국가'를 뜻하는 낱말로, quốc gia 또는 nhà nước과 바꾸어 쓸 수 있습니다.

정답

1. Ngày lễ là dịp để mọi người nghỉ ngơi hoặc sum họp gia đình.
2. Các ngày lễ thường gắn liền với một sự kiện quan trọng của đất nước.

1 공휴일

❶Theo luật hiện nay, mỗi năm Việt Nam có 10 ❷ngày lễ chính thức. ❸Cụ thể là ❹Tết Tây (01/01), 5 ngày Tết Nguyên đán (Tết âm lịch), ❺ngày Giỗ tổ Hùng Vương (10/03 âm lịch), ❻ngày Thống nhất đất nước (30/04), ❼ngày Quốc tế Lao động (01/05) và ❽ngày Quốc khánh (02/09). Nếu ngày lễ trùng với thứ bảy và chủ nhật, người dân sẽ được nghỉ ❾bù vào ngày làm việc tiếp theo.

Từ vựng 단어

luật	법률, 규칙	chính thức	공식적인
cụ thể	구체적으로, 구체적인	trùng với	~과 일치하다, 겹치다
bù	보상하다, 추가로 하다		

✏️ 글의 내용을 토대로 다음 질문에 답하세요.

1 Theo luật hiện nay, mỗi năm Việt Nam có mấy ngày lễ chính thức?

2 Cụ thể là những ngày nào?

3 Nếu ngày lễ trùng với thứ bảy và chủ nhật thì thế nào?

본문해석

현재 법률에 따르면, 매년 베트남에는 10일의 공식적인 공휴일이 있다. 구체적으로는 서양(양력)설(1월 1일), 5일의 Tết Nguyên đán (음력설), ngày Giỗ tổ Hùng Vương (음력 3월 10일), ngày Thống nhất đất nước (4월 30일), ngày Quốc tế Lao động (5월 1일)과 ngày Quốc khánh (9월 2일)이다. 만약 공휴일이 토요일과 일요일에 겹치면 국민들은 그 다음 근무일을 추가로 쉬게 된다.

알아두면 좋은 팁

❶ theo는 '~에 따라, ~를 근거로'라는 의미이고, 옛날의 법이 아닌 지금의 법임을 나타내기 위해서는 hiện nay를 생략해서는 안됩니다.

❷ 공휴일은 '국가나 사회에서 정하여 다 함께 쉬는 날', '기관이나 같은 업종에 종사하는 사람들끼리 약속에 따라 정기적으로 일제히 쉬는 날' 모두를 말합니다. 따라서 본문에서는 국가가 지정한 공식적인 정식 공휴일이라는 의미를 명확히 하기 위해 ngày lễ chính thức을 썼습니다.

❸ 앞에 언급한 것에 대해 구체적으로 세밀하게 알려주는 표현으로 '구체적으로는 ~이다'로 해석합니다.

❹ Tây(서쪽)를 써서 '서양의 설, 양력 설'을 뜻합니다. Tết dương lịch(양력 설)과 같습니다.

❺ Hùng(홍)왕의 건국 공로를 기리기 위한 베트남 사람들의 전통 축제일입니다.

❻ Ngày Giải phóng miền Nam(남부 해방일)이라고도 합니다. 1975년 4월 30일, 베트남인민군대와 남부해방군이 사이공(지금의 호찌민시)에 들어가 베트남 전쟁을 종식시킨 사건으로, 베트남 공화국 대통령인 Dương Văn Minh(즈엉반민)은 내각과 함께 베트남남부공화임시혁명정부에 무조건항복을 선포했습니다.

❼ 국제 노동절로, 노동자와 국제 노동자 운동을 기념하는 날입니다. 1886년 5월 1일 미국 시카고의 파업을 노동절의 시초로 보며, 1946년 5월 1일 베트남 역사상 처음으로 하노이에서 성대한 기념 행사가 거행되었으며, 20만 명의 노동자가 참석했습니다. 그 때부터 매년 이 날은 국가의 큰 공휴일 중 하나이며 베트남 노동자와 노동자 계급의 축제일입니다.

❽ 정식 명칭은 Ngày Quốc khánh nước Cộng hoà Xã hội Chủ nghĩa Việt Nam(베트남 사회주의 공화국 국경일)로, 하노이 바딘 광장에서 호찌민 주석이 독립선언문을 낭독하며 베트남 민주 공화국의 탄생을 알린 것을 기념합니다. 이날을 베트남의 독립에 초점을 두면 우리의 광복절과 흡사하며, 베트남 민주 공화국이라는 신생국이 탄생한 것에 초점을 두면 나라의 건국 기념일인 개천절과도 흡사하다고 할 수 있습니다.

❾ '부족한 부분, 결핍된 부분을 메우기 위해, 충분하게 하기 위해 추가하다'라는 의미로, 동사 + bù로 쓰면 '추가로 ~하다'의 뜻입니다. 예를 들어 học(공부하다)을 써서 học bù라고 하면 '추가로 공부하다, 보충학습하다'라는 표현이고, ngủ(자다)를 써서 ngủ bù라고 하면 '추가로 자다, 잠을 보충하다'라는 표현입니다.

정답

1. Theo luật hiện nay, mỗi năm Việt Nam có 10 ngày lễ chính thức.
2. Cụ thể là Tết Tây, Tết Nguyên đán, ngày Giỗ tổ Hùng Vương, ngày Thống nhất đất nước, ngày Quốc tế Lao động và ngày Quốc khánh.
3. Nếu ngày lễ trùng với thứ bảy và chủ nhật, người dân sẽ được nghỉ bù vào ngày làm việc tiếp theo.

확인학습

1 다음 낱말에 해당하는 베트남어에 선을 그어 연결해 보세요.

① 공휴일 •   • a sự kiện

② 보상하다, 추가로 하다 •   • b bù

③ 법률 •   • c lao động

④ 노동 •   • d ngày lễ

⑤ 사건, 이벤트 •   • e luật

2 다음 낱말을 어순에 맞게 배열해 보세요.

① Việt Nam / chính thức / 1o / có / mỗi năm / ngày lễ

_____

② ngày lễ / ngày làm việc / nghỉ / chủ nhật / trùng với / nếu / tiếp theo / và / người dân / thứ bảy / sẽ / vào / bù / được

_____

3 빈칸에 들어갈 말로 알맞은 낱말을 골라 쓰세요.

| để | của | với | hoặc |

Ngày lễ là dịp _____ mọi người nghỉ ngơi _____ sum họp gia đình. Các ngày lễ thường gắn liền _____ một sự kiện quan trọng _____ đất nước.

확인학습 정답

1. (1) – d, (2) – b, (3) – e, (4) – c, (5) – a
2. (1) Mỗi năm, Việt Nam có 10 ngày lễ chính thức.
   (2) Nếu ngày lễ trùng với thứ bảy và chủ nhật, người dân sẽ được nghỉ bù vào ngày làm việc tiếp theo.
3. Ngày lễ là dịp để mọi người nghỉ ngơi hoặc sum họp gia đình. Các ngày lễ thường gắn liền với một sự kiện quan trọng của đất nước.

2 추석

Tết Trung thu Việt Nam là ngày 15/08 âm lịch, ❶có nguồn gốc từ Trung Quốc. Ngày xưa, tết Trung thu là dịp để tạ ơn ❷thần Rồng ban mưa cho ❸mùa bội thu. Nhưng ngày nay, tết Trung thu đã trở thành ngày hội của thiếu nhi.

Từ vựng 단어

tạ ơn	은혜를 갚다	ban	주다, 부여하다
mùa bội thu	풍년	ngày hội	축일, 축제일
thiếu nhi	어린이		

✏️ **글의 내용을 토대로 다음 질문에 답하세요.**

1 Tết Trung thu Việt Nam là ngày bao nhiêu? Có nguồn gốc từ nước nào?

_____

2 Ngày xưa, tết Trung thu là dịp để làm gì?

_____

3 Ngày nay, tết Trung thu đã trở thành ngày gì?

_____

> **본문해석**
>
> 베트남의 tết Trung thu는 음력 8월 15일로, 중국에서 유래했다. 옛날, tết Trung thu는 풍년을 위해 비를 내려준 용신께 은혜를 갚기 위한 때였다. 하지만 오늘날 tết Trung thu는 어린이의 축제일이 되었다.

> **알아두면 좋은 팁**

❶ **nguồn gốc**은 생겨나기 시작한 곳을 뜻하며 '원천, 근원, 기원' 등으로 해석할 수 있습니다. **có nguồn gốc từ**는 '~로부터 기원이 있다'라는 표현으로, 동사 **có**를 빠뜨리지 않도록 주의합시다. 비슷한 표현으로는 **xuất xứ**(출처, 유래, 기원)를 활용한 **có xuất xứ từ**가 있습니다.

❷ 비를 내리는 신이 용의 모습을 하고 있어 용신이라고도 합니다. 이 신은 보통 세상으로 내려와 바닷물, 강물을 마시고 높이 날아올라 물을 뿜어내면 세상에는 비가 내린다고 믿었습니다. 그렇기 때문에 예부터 베트남 사람들은 풍년을 위해 비를 내려준 용신에게 뗏쭝투를 맞이해 감사를 표한답니다.

❸ **mùa**는 '계절, 철'을 뜻하고, **bội thu**는 '보통때보다 더 많이 수확하다'라는 뜻으로, 수확철에 풍년이 들다를 의미합니다. 반대말은 흉년으로 **mất mùa, thất mùa, mùa thất bát**이라 합니다.

정답

1. Tết Trung thu Việt Nam là ngày 15 tháng 8 âm lịch, có nguồn gốc từ Trung Quốc.
2. Ngày xưa, tết Trung thu là dịp để tạ ơn thần Rồng ban mưa cho mùa bội thu.
3. Ngày nay, tết Trung thu đã trở thành ngày hội của thiếu nhi.

2 추석

Đêm Trung thu, thiếu nhi sẽ vui chơi với chiếc đèn lồng rực rỡ. Đèn lồng Trung thu thường ❶được làm bằng giấy bóng kính màu, có ❷hình dáng ông sao, bươm bướm, hoa sen, v.v.. Ngoài ra, các em còn được tặng quà ❸bánh, tham gia rước đèn với ❹đội múa lân.

Từ vựng 단어

đèn lồng	연등, 풍등	rực rỡ	환하다, 화려한
giấy bóng kính	셀로판지	ông sao	별
bươm bướm	나비	hoa sen	연꽃
rước	맞이하다, 모시다	múa lân	사자춤

Bài 11 Ngày lễ Việt Nam (2) **279**

✏️ **글의 내용을 토대로 다음 질문에 답하세요.**

1 Đêm Trung thu, thiếu nhi sẽ vui chơi với gì?

---

2 Đèn lồng Trung thu thường được làm bằng gì và có hình dáng gì?

---

3 Vào ngày này, các em còn được tặng quà gì và thường làm gì?

> **본문해석**
>
> Trung thu 밤에 어린이들은 화려한 풍등을 가지고 즐겁게 논다. Trung thu 풍등은 주로 색이 있는 셀로판지로 만들며 별, 나비, 연꽃 등의 모양이 있다. 그밖에 아이들은 월병을 선물 받으며, 사자춤 무리와 함께 풍등 맞이에 참여한다.

알아두면 좋은 팁

❶ được làm bằng + 재료, 원료로 써서 '~(으)로 만들어지다/만든다'의 표현입니다.

❷ '어떤 물건의 외양, 모습, 외관'을 나타내는 낱말로 **hình dạng**과 같은 뜻입니다.

❸ 보통은 '빵, 떡'을 의미하지만, 여기서는 뗏쭝투(중추절, 추석)을 맞이하여 즐겨 먹는 **bánh trung thu**로 이해하도록 합니다.

❹ 거리 위에서 하는 민간춤예술로, 중국에 기원을 두고 있습니다. 보통은 각종 축제, 명절, 특히 뗏응우옌단, 뗏쭝투에 공연하는데 이 동물이 번영, 발전, 행복, 형통 등을 상징하기 때문입니다.

정답

1. Đêm Trung thu, thiếu nhi sẽ vui chơi với chiếc đèn lồng rực rỡ.

2. Đèn lồng Trung thu thường được làm bằng giấy bóng kính màu và có hình dáng ông sao, bươm bướm, hoa sen, v.v..

3. Vào ngày này, các em còn được tặng quà bánh và tham gia rước đèn với đội múa lân.

확인학습

1 다음 낱말에 해당하는 베트남어와 선을 그어 연결해 보세요.

① 모습, 외관, 형태 •   • a hoa sen

② 연꽃 •   • b ban

③ 선물하다 •   • c hình dáng

④ 원천, 근원, 기원 •   • d nguồn gốc

⑤ 주다, 부여하다 •   • e tặng quà

2 다음 낱말을 어순에 맞게 배열해 보세요.

① thường / làm / giấy bóng kính màu / đèn lồng / được / bằng / Trung thu

② các em / với / rước đèn / đội múa lân / tham gia

3 빈칸에 들어갈 말로 알맞은 낱말을 골라 쓰세요.

| tạ ơn | âm lịch | thiếu nhi | mùa bội thu |

Tết Trung thu Việt Nam là ngày 15/08 _____, có nguồn gốc từ Trung Quốc. Ngày xưa, tết Trung thu là dịp để _____ thần Rồng ban mưa cho _____. Nhưng ngày nay, tết Trung thu đã trở thành ngày hội của _____.

확인학습 정답

1. (1) – c, (2) – a, (3) – e, (4) – d, (5) – b
2. (1) Đèn lồng Trung thu thường được làm bằng giấy bóng kính màu.
   (2) Các em tham gia rước đèn với đội múa lân.
3. Tết Trung thu Việt Nam là ngày 15/08 âm lịch, có nguồn gốc từ Trung Quốc. Ngày xưa, tết Trung thu là dịp để tạ ơn thần Rồng ban mưa cho mùa bội thu. Nhưng ngày nay, tết Trung thu đã trở thành ngày hội của thiếu nhi.

3 훙(Hùng)왕 기일

❶Ngày Giỗ tổ Hùng Vương là ngày 10/03 âm lịch. Lễ giỗ tổ được tổ chức tại ❷Đền Hùng, tỉnh Phú Thọ. Đây là ngày lễ chính thức của Việt Nam, còn được gọi là Quốc giỗ. Vào ngày này, người dân được nghỉ lễ. Họ tưởng nhớ công lao dựng nước của vua Hùng qua nhiều hoạt động văn hoá.

Từ vựng 단어

giỗ tổ	선조의 제사	quốc giỗ	국가 제사
tưởng nhớ	기억하다, 기리다	công lao	공로, 행적

✏️ 글의 내용을 토대로 다음 질문에 답하세요.

1 Ngày Giỗ tổ Hùng Vương là ngày bao nhiêu?

2 Lễ giỗ tổ được tổ chức ở đâu?

3 Ngày này còn được gọi là gì?

4 Vào ngày này, người dân được nghỉ lễ. Vì sao?

5 Vào ngày này, người dân tưởng nhớ điều gì?

> **본문해석**
>
> Giỗ tổ Hùng Vương날은 음력 3월 10일이다. 조상 제례는 Phú Thọ성에 있는 Đền Hùng에서 개최된다. 이날은 베트남의 공식적인 공휴일이며, Quốc giỗ라고 불리기도 한다. 이 날에 국민들은 휴가를 얻는다. 그들은 여러 문화적 활동을 통해 Hùng왕들의 나라를 세운 공을 기린다.

알아두면 좋은 팁

❶ Lễ hội Đền Hùng(훙왕 사당 축제)라고도 하며, 민족의 최초 왕, 역대 훙왕들의 나라를 세운 공을 기리고 고마움을 표하기 위한 큰 축제입니다. 이 날이 되기 전에 수많은 민간 문화 활동들이 열리며, 음력 3월 10일에 가마 행렬과 트엉(Thượng - 상(上)) 사당 헌향으로 축제가 끝이 납니다. 훙왕 기일 행사가 거행되는 음력 3월 10일은 마지막 훙왕(18대 훙왕)의 기일이라는 설이 있습니다.

❷ 베트남의 시조모인 Âu Cơ는 Đế Lai왕의 딸로 Lăng Sương 동굴에 살았다고 하는데요, 이 동굴은 오늘날 Phú Thọ성 Thanh Thuỷ현에 속합니다. 그리고 Văn Lang국이 수도로 삼은 Phong Châu는 위치가 명확하지 않지만 Việt Trì시와 Phú Thọ성 Đền Hùng지역 사이라고 합니다. 다시 말해 Phú Thọ는 베트남 최초의 국가가 탄생한 곳이자 모계 혈통의 고향이라 할 수 있습니다.

🖉 **정답**

1. Ngày Giỗ tổ Hùng Vương là ngày 10 tháng 3 âm lịch.
2. Lễ giỗ tổ được tổ chức tại Đền Hùng, tỉnh Phú Thọ.
3. Ngày này còn được gọi là Quốc giỗ.
4. Vì ngày này là ngày lễ chính thức của Việt Nam.
5. Vào ngày này, người dân tưởng nhớ công lao dựng nước của vua Hùng.

3 훙(Hùng)왕 기일

Năm 2012, UNESCO đã công nhận tín ngưỡng thờ cúng Hùng Vương ở Phú Thọ là ❶Di sản văn hoá phi vật thể. Vì đây là biểu tượng của tinh thần đại đoàn kết, truyền thống ❷"Uống nước nhớ nguồn" của Việt Nam.

Từ vựng 단어

tín ngưỡng	신앙, 믿음	phi vật thể	무형
tinh thần	정신, 마음, 영혼	đại đoàn kết	대단결

✏️ **글의 내용을 토대로 다음 질문에 답하세요.**

1 Năm 2012, UNESCO đã công nhận tín ngưỡng thờ cúng Hùng Vương ở Phú Thọ là gì? Vì sao?

> **본문해석**
>
> 2012년 UNESCO는 Phú Thọ의 Hùng Vương 제사 신앙을 무형문화재로 승인했다. 왜냐하면 이것은 베트남의 "물을 마실 때 근원을 기억하라(고마움을 알아야 한다는 의미)"는 전통과 대단결 정신의 표상이기 때문이다.

> **알아두면 좋은 팁**

❶ 형태가 없는 문화유산으로 di sản văn hoá vô hình이라고도 합니다. 공동체, 개인, 물체, 문화 공간 등과 관련 있는 정신적 산물로 역사, 문화, 과학적 가치와 공동체 성격을 지니며 끊임없이 재창조되고 축제, 삶의 방식, 전수 비결, 음식 문화, 전통 복장 등이 구전, 기술 전수, 공연, 그리고 또 다른 방식으로 이 세대에서 다음 세대로 전승됩니다. 무형 문화유산의 반대말은 형태가 있는 문화유산, 즉, 유형 문화유산을 말하는데요 베트남어로는 di sản văn hoá vật thể 또는 Di sản văn hoá hữu hình이라고 합니다.

❷ '물을 마실 때 근원을 기억하다'하는 말로, 물이 그냥 있는 것이 아니라 물의 근원(수원)이 있기에 물이 있으므로, 그 근원에 대해 고마워해야한다는 뜻입니다. 이 말은 조상이 있음으로 인해 내가 있을 수 있다는 조상숭배 정신을 뜻합니다. 이것과 비슷한 표현으로 Ăn quả nhớ kẻ trồng cây(과일을 먹을 때 나무를 기른 사람을 기억하다)가 있습니다.

✏️ 정답

1. Năm 2012, UNESCO đã công nhận tín ngưỡng thờ cúng Hùng Vương ở Phú Thọ là Di sản văn hoá phi vật thể. Vì đây là biểu tượng của tinh thần đại đoàn kết, truyền thống "Uống nước nhớ nguồn" của Việt Nam.

확인학습

1 다음 낱말에 해당하는 베트남어와 선을 그어 연결해 보세요.

① 대단결 • • a tín ngưỡng

② 국가 제사 • • b tổ chức

③ 휴가를 가지다 • • c quốc giỗ

④ 신앙 • • d nghỉ lễ

⑤ 조직하다, 시행하다, 거행하다 • • e đại đoàn kết

2 다음 낱말을 어순에 맞게 배열해 보세요.

① Ngày Giỗ tổ Hùng Vương / âm lịch / tháng 3 / là / ngày 10

② công lao / qua / văn hoá / họ / dựng nước / vua Hùng / của / tưởng nhớ / nhiều / hoạt động

3 빈칸에 들어갈 말로 알맞은 낱말을 골라 쓰세요.

| công nhận | biểu tượng | truyền thống | phi vật thể |

Năm 2012, UNESCO đã _____ tín ngưỡng thờ cúng Hùng Vương ở Phú Thọ là Di sản văn hoá _____. Vì đây là _____ của tinh thần đại đoàn kết, _____ "Uống nước nhớ nguồn" của Việt Nam.

확인학습 정답

1. (1) – e, (2) – c, (3) – d, (4) – a, (5) – b

2. (1) Ngày Giỗ tổ Hùng Vương là ngày 10 tháng 3 âm lịch. 또는 Ngày 10 tháng 3 âm lịch là Ngày Giỗ tổ Hùng Vương.

(2) Họ tưởng nhớ công lao dựng nước của vua Hùng qua nhiều hoạt động văn hoá.

3. Năm 2012, UNESCO đã <u>công nhận</u> tín ngưỡng thờ cúng Hùng Vương ở Phú Thọ là Di sản văn hoá <u>phi vật thể</u>. Vì đây là <u>biểu tượng</u> của tinh thần đại đoàn kết, <u>truyền thống</u> "Uống nước nhớ nguồn" của Việt Nam.

학습한 내용을 생각하며 다음 한국어를 베트남어로 바꿔보세요.

공휴일은 모든 사람들이 휴식을 취하거나 가족과 모이기 위한 때이다. 공휴일은 보통 국가의 중요한 사건과 관련이 있다. 현재 법률에 따르면, 매년 베트남에는 10일의 공식적인 공휴일이 있다. 구체적으로는 서양(양력)설(1월 1일), 5일의 Tết Nguyên đán(음력설), ngày Giỗ tổ Hùng Vương(음력 3월 10일), ngày Thống nhất đất nước(4월 30일), ngày Quốc tế Lao động(5월 1일)과 ngày Quốc khánh(9월 2일)이다. 만약 공휴일이 토요일과 일요일에 겹치면 국민들은 그 다음 근무일을 추가로 쉬게 된다.

베트남의 tết Trung thu는 음력 8월 15일로, 중국에서 유래했다. 옛날, tết Trung thu는 풍년을 위해 비를 내려준 용신께 은혜를 갚기 위한 때였다. 하지만 오늘날 tết Trung thu는 어린이의 축제일이 되었다. Trung thu 밤에 어린이들은 화려한 풍등을 가지고 즐겁게 논다. Trung thu 풍등은 주로 색이 있는 셀로판지로 만들며, 별, 나비, 연꽃 등의 모양이 있다. 그밖에 아이들은 월병을 선물 받으며, 사자춤 무리와 함께 풍등 맞이에 참여한다.

Giỗ tổ Hùng Vương날은 음력 3월 10일이다. 조상 제례는 Phú Thọ성에 있는 Đền Hùng에서 개최된다. 이날은 베트남의 공식적인 공휴일이며, Quốc giỗ라고 불리기도 한다. 이 날에 국민들은 휴가를 얻는다. 그들은 여러 문화적 활동을 통해 Hùng왕들의 나라를 세운 공을 기린다. 2012년 UNESCO는 Phú Thọ의 Hùng Vương 제사 신앙을 무형문화재로 승인했다. 왜냐하면 이것은 베트남의 "물을 마실 때 근원을 기억하라(고마움을 알아야 한다는 의미)"는 전통과 대단결 정신의 표상이기 때문이다.

Bài 12

Nghệ thuật Việt Nam

베트남 예술

1. 수상인형극
2. 동호(Đông Hồ) 그림
3. 뚜옹(tuồng)

1 수상인형극

❶Múa rối nước là một loại hình nghệ thuật sân khấu dân gian ❷chỉ có ở Việt Nam. Ngày xưa, ở ❸đồng bằng Bắc Bộ, cạnh các đình, chùa thường có hồ nước ❹vừa làm cảnh, vừa làm sân khấu biểu diễn múa rối nước. Xung quanh ❺bờ hồ là nơi khán giả ngồi xem.

Từ vựng 단어

loại hình	유형, 장르	nghệ thuật	예술
dân gian	서민, 민간의	biểu diễn	공연하다, 연주하다
múa rối	인형극	khán giả	관중, 관객

✏️ 글의 내용을 토대로 다음 질문에 답하세요.

1 Ngoài Việt Nam ra, có nước nào có múa rối nước không?

2 Ngày xưa, ở đồng bằng Bắc Bộ, cạnh các đình, chùa thường có gì? Và nó được sử dụng để làm gì?

3 Khán giả thường ngồi ở đâu để xem múa rối nước?

본문해석

Múa rối nước은 베트남에만 있는 민간 무대 예술 장르 중 하나다. 옛날 북부 평야에서 사당, 절 옆은 보통 호수가 있어, 풍경이기도 하고 múa rối nước을 공연하는 무대가 되기도 하였다. 호수 주변은 관객들이 앉아서 보는 장소다.

Bài 12 Nghệ thuật Việt Nam   297

> **알아두면 좋은 팁**

① múa는 '춤', rối는 con rối의 줄임말로 '인형, 꼭두각시', nước은 '물'이라는 뜻으로, 물에서 하는 인형극을 나타냅니다. 이것은 농경문화와 함께 생겨났으며, 리 왕조(1010 – 1225)때에 형성·발전했답니다.

② chỉ는 한정됨을 나타내며 có ở는 '~에 있다'라는 뜻입니다. 따라서 chỉ có ở는 '(다른 곳에는 없고) 오직 ~에만 있다'로 한정짓는 표현입니다.

③ Đồng bằng sông Hồng(홍강 삼각주, 델타) 또는 Châu thổ Bắc Bộ(북부 충적토)라고도 하며, 베트남 북부에서 가장 큰 평야로 홍(Hồng)강과 타이빈(Thái Bình)강의 토사가 쌓여서 만들어졌습니다.

④ vừa ... vừa ....로 써서 두가지 동작이나 상태가 동시에 일어남을 나타내며, '~이기도 하고 ~이기도 하다'라는 뜻입니다. 본문에서는 호수의 역할이 풍경(경치)과 무대, 이 두 가지임을 나타냅니다.

⑤ bờ는 '물을 막거나 물과의 경계를 만들기 위한 땅'을 말하며, bờ hồ로 쓰면 '호숫가'를 뜻합니다. 때로는 bờ hồ가 하노이에 있는 호안끼엠(Hoàn Kiếm) 호수를 뜻하기도 하는데요, 이때는 단순히 '호숫가'가 아닌 호수의 명칭으로 쓰였기 때문에 고유명사로 이해해야 하며, 표기도 Bờ Hồ로 첫 문자를 대문자로 씁니다.

📝 정답

1. Không, chỉ Việt Nam có múa rối nước.
2. Ngày xưa, ở đồng bằng Bắc Bộ, cạnh các đình, chùa thường có hồ nước. Hồ nước vừa làm cảnh, vừa làm sân khấu biểu diễn múa rối nước.
3. Khán giả thường ngồi xem ở xung quanh bờ hồ.

1 수상인형극

❶Con rối nước là tác phẩm điêu khắc dân gian rất có giá trị, làm bằng gỗ, bên ngoài phủ sơn không thấm nước. Nhân vật rối nước tiêu biểu là ❷chú Tễu hài hước. Nhạc rối nước thường sử dụng ❸dân ca. Nghệ nhân khi điều khiển con rối phải ngâm mình dưới nước phía sau sân khấu, ❹ngăn cách với khán giả bằng bức mành tre.

Từ vựng 단어

tác phẩm	작품	điêu khắc	조각
giá trị	가치	phủ	덮다, 도포하다
sơn không thấm nước	방수 페인트	nhân vật	인물
hài hước	익살스러운, 우스운	nghệ nhân	예능인, 배우
điều khiển	조종하다, 조작하다	ngâm	담그다, 절이다
ngăn cách	구분짓다, 나누다	mành tre	대나무 발(막)

✏️ **글의 내용을 토대로 다음 질문에 답하세요.**

1 Con rối nước là tác phẩm gì?

---

2 Con rối nước được làm thế nào?

---

3 Nhân vật rối nước tiêu biểu là ai?

---

4 Nhạc rối nước thường sử dụng âm nhạc nào?

---

5 Nghệ nhân khi điều khiển con rối phải đứng ở đâu?

> **본문해석**
>
> 수상인형은 나무로 만들어 표면에 방수페인트를 칠한, 매우 가치 있는 민간 조각 작품이다. 대표적인 수상인형극 인물은 익살스러운 Tễu다. 수상인형극 음악은 주로 민요를 사용한다. 연기자는 인형을 조종할 때 대나무 발로 관객들과 분리된 무대 뒤쪽 물 속에 (자신의) 몸을 담근다.

> **알아두면 좋은 팁**

❶ '인형극 무대에서 사용하는 사물이나 인형', 또는 '다른 사람이 조종하는대로 행동하는 사람을 비유하기 위해 사용하는 말'을 뜻합니다. 여기서의 con은 생물체를 나타내는 분류사가 아님에 주의합니다.

❷ 쯔놈(chữ Nôm)에 따르면 떼우(Tếu)는 "웃음 소리"라는 뜻입니다. chú Tếu는 수상인형극을 대표하는 가장 유명한 인물로, 가장 많이 출현하는 인물이기도 하며, 다른 인형보다 더 크게 만들어집니다. chú Tếu는 북부 평야의 농민을 대표합니다. 보통 연분홍 피부에 포동포동한 몸통으로 앞가슴을 내놓고, 아래 중요부위만을 가리며, 배가 불룩합니다. 인형극에서 자신을 "원래 천상계 사람인데, 복숭아 열매를 따먹고 인간 세계로 내려오게 되었으며, 복잡하고 혼란스러운 세상을 보고 온갖 혼란을 해결하기 위해 노력한다"고 소개한답니다.

❸ 베트남 전통 음악의 일종으로, 서민들 사이에서 전해지는 노래입니다. 대개는 작가 미상으로, 지역별 특징을 지니고 있답니다.

❹ ngăn cách은 '서로 더 이상 통하지 않게 하다, 막다, 분리하다, 나누다' 등의 의미로, với와 함께 써서 '~와/과 분리되다, 나뉘다'라는 표현입니다.

정답

1. Con rối nước là tác phẩm điêu khắc dân gian rất có giá trị.
2. Con rối nước làm bằng gỗ, bên ngoài phủ sơn không thấm nước.
3. Nhân vật rối nước tiêu biểu là chú Tếu hài hước.
4. Nhạc rối nước thường sử dụng dân ca.
5. Nghệ nhân khi điều khiển con rối phải ngâm mình dưới nước phía sau sân khấu, ngăn cách với khán giả bằng bức mành tre.

확인학습

1 다음 낱말에 해당하는 베트남어에 선을 그어 연결해 보세요.

① 공연하다, 연주하다 •   • a khán giả

② 서민, 민간의 •   • b biểu diễn

③ 인물 •   • c nhân vật

④ 조각 •   • d dân gian

⑤ 관중, 관객 •   • e điêu khắc

2 다음 낱말을 어순에 맞게 배열해 보세요.

① làm / gỗ / bằng / con rối nước

② nhạc / rối nước / sử dụng / dân ca / được

3 빈칸에 들어갈 말로 알맞은 낱말을 골라 쓰세요.

> nơi   vừa   cạnh   sân khấu

Múa rối nước là một loại hình nghệ thuật _____ dân gian chỉ có ở Việt Nam. Ngày xưa, ở đồng bằng Bắc Bộ, _____ các đình, chùa thường có hồ nước _____ làm cảnh, vừa làm sân khấu biểu diễn múa rối nước. Xung quanh bờ hồ là _____ khán giả ngồi xem.

확인학습 정답

1. (1) – b, (2) – d, (3) – c, (4) – e, (5) – a
2. (1) Con rối nước làm bằng gỗ.
   (2) Nhạc rối nước được sử dụng dân ca.
3. Múa rối nước là một loại hình nghệ thuật sân khấu dân gian chỉ có ở Việt Nam. Ngày xưa, ở đồng bằng Bắc Bộ, cạnh các đình, chùa thường có hồ nước vừa làm cảnh, vừa làm sân khấu biểu diễn múa rối nước. Xung quanh bờ hồ là nơi khán giả ngồi xem.

2 동호(Đông Hồ) 그림

Tranh Đông Hồ là một dòng tranh khắc gỗ dân gian Việt Nam ❶xuất xứ từ ❷làng Đông Hồ, tỉnh Bắc Ninh. Đây là ❸dòng tranh thể hiện sinh hoạt của người dân Việt trong xã hội nông nghiệp xưa. Những hình ảnh quen thuộc trong tranh như: ❹đám cưới chuột, ❺đàn lợn, ❻thiếu nữ hứng dừa, v.v..

Từ vựng 단어

xuất xứ	기원, 유래	thể hiện	표현하다, 나타내다
sinh hoạt	삶, 생활하다	nông nghiệp	농업

✏️ 글의 내용을 토대로 다음 질문에 답하세요.

1 Tranh Đông Hồ là gì và xuất xứ từ đâu?

_____

2 Tranh Đông Hồ là dòng tranh thể hiện gì?

_____

3 Những hình ảnh quen thuộc trong tranh là gì?

_____

> **본문해석**
>
> Tranh Đông Hồ는 Bắc Ninh성 Đông Hồ 마을에서 기원한 베트남 민간 목판화 계열 중 하나다. 이것은 옛날 농업 사회의 베트남 사람들의 생활을 표현한 그림 계열이다. 그림에서 익숙한 이미지는 쥐 결혼식, 돼지떼, 코코넛 받는 소녀 등이다.

알아두면 좋은 팁

❶ '인용한 자료 또는 문서의 출처(기원)' 또는 '제품의 원산지'를 뜻합니다. xuất xứ 대신 nguồn gốc을 쓸 수도 있습니다.

❷ 하노이에서 동쪽으로 약 33km 떨어져 있으며, Hồ(호) 마을이라고도 합니다.

❸ 민속화는 크게 tranh Tết과 tranh thờ로 나뉩니다. tranh Tết은 tết Nguyên đán(설날)을 맞이하여 집을 장식하기 위한 그림이며, tranh thờ는 사람들의 세속신앙을 반영한 그림입니다. 동호 그림은 tranh Tết에 속합니다.

❹ 쥐가 평화롭고 즐거운 결혼식을 거행하기 위해 고양이에게 비둘기, 물고기를 갖다 바치는 것을 묘사한 그림입니다. 쥐는 행복하고 즐거운 결혼식을 할 수 있어 좋고 고양이는 공물을 받아 좋은, '공생'을 뜻한다고 하는 견해가 있습니다. 또한 힘없고 가난한 서민을 쥐로, 그 당시 관리들을 고양이로 그려, 그 당시 관리들의 '뇌물 수수'를 고발하는 그림으로 보는 견해도 있답니다.

❺ đàn lợn âm dương(음양 돼지떼)을 말합니다. 동호 그림에서 돼지는 가장 아름다운 동물로 편안함과 풍족함을 상징합니다. 그렇기 때문에 사람들은 새해에 자손이 번창하고, 금전운이 좋고, 복을 불러오기를 바라는 마음을 담아 설날에 이 그림을 벽에 건답니다.

❻ 가족이 함께 모여 사는 생활을 나타내며, 남녀가 한 쌍을 이뤄 행복하기를 기원하는 뜻을 담고 있습니다. 그렇기 때문에 이 그림은 보통 가족들이 모여 즐겁길 기원하는 마음에 집에 걸기도 하며 행복한 한 쌍의 행운과 복을 기원하는 말처럼 커플에게 선물합니다.

정답

1. Tranh Đông Hồ là một dòng tranh khắc gỗ dân gian Việt Nam và xuất xứ từ làng Đông Hồ, tỉnh Bắc Ninh.
2. Tranh Đông Hồ là dòng tranh thể hiện sinh hoạt của người dân Việt trong xã hội nông nghiệp xưa.
3. Những hình ảnh quen thuộc trong tranh là đám cưới chuột, đàn lợn, thiếu nữ hứng dừa, v.v..

2 동호(Đông Hồ) 그림

Màu của Tranh Đông Hồ ❶được lấy hoàn toàn từ tự nhiên không pha. Chỉ có 4 màu là xanh, đen, vàng và đỏ. Người ta tô màu đậm nhạt ❷tuỳ vào sở thích và điểm nhấn trong tranh. Ngày nay, Tranh Đông Hồ vẫn được lưu giữ, phát triển và được công nhận là ❸Di sản văn hoá phi vật thể cấp quốc gia.

Từ vựng 단어

pha	섞다	tô màu	색칠하다
nhạt	(색이)연하다, 싱겁다	sở thích	취미, 기호
điểm nhấn	포인트	lưu giữ	유지하다, 보유하다

✏️ **글의 내용을 토대로 다음 질문에 답하세요.**

1 Màu sắc của Tranh Đông Hồ có nguồn gốc từ đâu?

___

2 Tranh Đông Hồ có mấy màu? Đó là màu nào?

___

3 Người ta tô màu thế nào?

___

4 Ngày nay, Tranh Đông Hồ có được lưu giữ và phát triển không?

___

5 Ngày nay, Tranh Đông Hồ được công nhận là gì?

___

> **본문해석**
>
> Tranh Đông Hồ의 색은 (색을) 섞어 만든 것이 아니라 온전히 자연에서 얻는다. 녹색, 검정, 노랑, 빨강 이렇게 네 가지 색뿐이다. 사람들은 그림의 포인트와 선호에 따라 짙게 혹은 옅게 색을 칠한다. 오늘날에도 Tranh Đông Hồ는 여전히 유지, 발전되고 있으며, 국가급 무형 문화 유산으로 인정받았다.

> **알아두면 좋은 팁**
>
> ❶ được lấy từ ...는 '~로부터 얻다'의 뜻입니다. '자연'을 뜻하는 tự nhiên 대신 thiên nhiên을 써도 됩니다.
> ❷ '알맞은 조건이나 정세를 따르다'라는 뜻으로, tuỳ theo로 쓸 수도 있습니다.
> ❸ 일반적으로 문화 유산에는 유형 문화 유산(di sản văn hoá vật thể)과 무형 문화 유산(di sản văn hoá phi vật thể)로 구분됩니다. 그리고 유네스코가 인류 전체를 위해 보호해야 할 현저한 보편적 가치가 있다고 인정한 유산을 세계 문화 유산이라고 하지요. 동호 그림은 국가적 차원에서 보존되고 있는 베트남의 국가급 무형 문화 유산으로, 유네스코의 세계 무형 문화 유산으로의 선정을 기다리고 있습니다.

🖉 정답

1. Màu của Tranh Đông Hồ được lấy hoàn toàn từ tự nhiên không pha.
2. Tranh Đông Hồ chỉ có 4 màu. Đó là xanh, đen, vàng và đỏ.
3. Người ta màu đậm nhạt tuỳ vào sở thích và điểm nhấn trong tranh.
4. Có, ngày nay Tranh Đông Hồ vẫn được lưu giữ, phát triển.
5. Ngày nay, Tranh Đông Hồ được công nhận là Di sản văn hoá phi vật thể cấp quốc gia.

확인학습

1 다음 낱말에 해당하는 베트남어와 선을 그어 연결해 보세요.

① 색칠하다 •   • a tô màu

② 취미, 기호 •   • b sinh hoạt

③ 삶, 생활하다 •   • c đám cưới

④ 포인트 •   • d điểm nhấn

⑤ 결혼식 •   • e sở thích

2 다음 낱말을 어순에 맞게 배열해 보세요.

① Tranh Đông Hồ / không / màu / lấy / được / từ / hoàn toàn / của / tự nhiên / pha

_____

② Tranh Đông Hồ / Di sản / cấp quốc gia / văn hoá / là / được / công nhận / phi vật thể

_____

3 빈칸에 들어갈 말로 알맞은 낱말을 골라 쓰세요.

> khắc   xuất xứ   quen thuộc   nông nghiệp

Tranh Đông Hồ là một dòng tranh _____ gỗ dân gian Việt Nam _____ từ làng Đông Hồ, tỉnh Bắc Ninh. Đây là dòng tranh thể hiện sinh hoạt của người dân Việt trong xã hội _____ xưa. Những hình ảnh _____ trong tranh như: đám cưới chuột, đàn lợn, thiếu nữ hứng dừa, v.v..

확인학습 정답

1. (1) – a, (2) – e, (3) – b, (4) – d, (5) – c

2. (1) Màu của Tranh Đông Hồ được lấy hoàn toàn từ tự nhiên không pha.
(2) Tranh Đông Hồ được công nhận là Di sản văn hoá phi vật thể cấp quốc gia.

3. Tranh Đông Hồ là một dòng tranh khắc gỗ dân gian Việt Nam xuất xứ từ làng Đông Hồ, tỉnh Bắc Ninh. Đây là dòng tranh thể hiện sinh hoạt của người dân Việt trong xã hội nông nghiệp xưa. Những hình ảnh quen thuộc trong tranh như: đám cưới chuột, đàn lợn, thiếu nữ hứng dừa, v.v..

3 뚜옹(tuồng)

❶Tuồng hay hát bội là một loại hình nghệ thuật sân khấu độc đáo của Việt Nam. Tuồng ra đời từ ❷thời Lý - Trần và phát triển cực mạnh vào ❸thế kỷ XVII, XVIII. Nghệ thuật tuồng có những quy định bắt buộc trong ❹lời nói, cách hát cũng như các điệu bộ múa. Đặc biệt, không gian và thời gian được lồng ghép vào trong những câu nói, câu hát và động tác múa, v.v..

Từ vựng 단어

cực mạnh	지독하다, 심하다	quy định	규정, 규정하다
bắt buộc	의무적이다, 필수	điệu bộ	몸짓, 행동
lồng ghép	삽입하다, 뒤섞다	động tác	동작

✏️ 글의 내용을 토대로 다음 질문에 답하세요.

1   Tuồng hay hát bội là loại hình nghệ thuật nào?

_____

2   Tuồng ra đời từ khi nào và phát triển cực mạnh vào thế kỷ mấy?

_____

3   Nghệ thuật tuồng có những quy định bắt buộc không?

_____

4   Không gian và thời gian được lồng ghép như thế nào trong nghệ thuật tuồng?

_____

> **본문해석**
>
> Tuồng 또는 hát bội는 베트남의 독창적인 무대 예술 장르 중 하나다. Tuồng은 Lý –Trần 시대에 생겼으며, 17, 18세기에 매우 발전했다. Tuồng 예술은 춤사위와 더불어 대사, 노래 방식에 필수 규정이 있다. 특히 공간과 시간은 대사, 노랫말과 춤동작 등에 섞인다.

알아두면 좋은 팁

① 고전민속노래극으로, hát bộ, hát bội, hát tuồng이라고도 합니다. 고전 운문 문체로 가사를 쓰며, 규약성·상징성을 지닙니다. 보통은 역사적인 주제를 다룹니다.

② 1009년부터 1400년을 뜻합니다. Lý(리)왕조는 Lý Thái Tổ(리타이또)가 1009년 음력 10월에 왕위에 오른 것을 시작으로 9대에 걸쳐 지속되었습니다. 그 후 Lý Chiêu Hoàng(리찌에우호앙)이 남편인 Trần Cảnh(쩐까인)에게 왕위를 물려주며 Trần(쩐) 왕조가 1225년부터 세워져서 1400년까지, 13대에 걸쳐 지속되었습니다. Lý –Trần 시대는 베트남 봉건 역사상 가장 오래 존재한 왕조이며, 군사, 경제, 문화, 예술, 건축 등 모든 분야에서 발전·번성하였습니다.

③ thế ki라고도 쓸 수 있으며 thế kỳ + 숫자는 해당 세기를 나타내고, 숫자 + thế kỳ는 기간을 나타냅니다. 예를 들어 thế kỳ 21는 '21세기'를 뜻하며 21 thế kỳ는 '21세기 동안'을 뜻합니다.

④ 본문에서 cũng như는 앞으로 언급할 상황이 다른 일반적인 상황과 같음을 나타내는 낱말로, 보통은 말하고자 하는 조건, 환경이 일반적이지 않은 상황이라는 의미를 증대시키기 위해 사용하며, '마찬가지로, ~과 더불어'라는 뜻입니다. 비유를 나타내는 의미의 '~처럼'으로 해석하지 않도록 주의합니다. lời nói(대사), cách hát(노래 방식), điệu bộ múa(춤사위)는 각각 다음 문장의 câu nói(대사), câu hát(노랫말), động tác múa(춤동작)와 비슷한 낱말입니다.

정답

1. Tuồng hay hát bội là một loại hình nghệ thuật sân khấu độc đáo của Việt Nam.
2. Tuồng ra đời từ thời Lý - Trần và phát triển cực mạnh vào thế kỳ XVII, XVIII.
3. Có, nghệ thuật tuồng có những quy định bắt buộc trong lời nói, cách hát cũng như các điệu bộ múa.
4. Không gian và thời gian được lồng ghép vào trong những câu nói, câu hát và động tác múa, v.v..

3 뚜옹(tuồng)

Nên ❶dù sân khấu tuồng có đạo cụ đơn giản nhưng khán giả vẫn có thể hình dung thấy ❷cả núi, sông, lên ngựa, xuống thuyền, v.v.. Trang phục, hoá trang cũng rất tỉ mỉ và được chú trọng để ❸tạo hình nhân vật hoàn chỉnh.

Từ vựng 단어

đạo cụ	소품, 도구	hình dung	그리다, 이미지화하다
hoá trang	분장하다, 변장하다	tỉ mỉ	세밀한, 자세히
chú trọng	중시하다, 주의하다	hoàn chỉnh	완전한, 충실한

✏️ 글의 내용을 토대로 다음 질문에 답하세요.

1 Dù sân khấu tuồng có đạo cụ đơn giản nhưng khán giả vẫn hình dung thấy gì?

---

2 Trang phục, hoá trang của tuồng thế nào và vì sao nó chú trọng?

> **본문해석**
>
> 그래서 tuồng 무대는 간단한 소품만 갖고 있지만 관객들은 산, 강, 말을 타고 배에서 내리는 등을 이미지화 할 수 있다. 의복, 화장도 매우 세밀하며, 완전한 인물을 만들어 내기 위해 중요시된다.

> **알아두면 좋은 팁**
>
> ❶ 앞에 언급한 것이 일반적이지 않거나 편리하지 않은 조건 속에서조차 어떠한 일이 일어나거나 여전히 옳다는 것을 강조하기위해 사용하는 낱말로, dù .... nhưng ...으로 씁니다. 해석은 '비록 ~하지만 ~하다'로 합니다.
> ❷ 어느 누구도 또는 어떠한 부분도 제외하지 않는 '전부, 모두'의 의미로, '~조차도/~까지도 모두'라고 해석할 수 있습니다.
> ❸ '윤곽선, 색깔, 입체도형으로 형체를 만들어내다, 조형하다'의 뜻입니다.

정답

1. Dù sân khấu tuồng có đạo cụ đơn giản nhưng khán giả có thể hình dung thấy núi, sông, lên ngựa, xuống thuyền, v.v..
2. Trang phục, hoá trang của tuồng rất tỉ mỉ và nó được chú trọng để tạo hình nhân vật hoàn chỉnh.

확인학습

1 다음 낱말에 해당하는 베트남어와 선을 그어 연결해 보세요.

① 삽입하다, 뒤섞다 •   • a hoàn chỉnh

② 소품, 도구 •   • b lồng ghép

③ 노랫말 •   • c quy định

④ 규정, 규정하다 •   • d câu hát

⑤ 완전한, 충실한 •   • e đạo cụ

2 다음 낱말을 어순에 맞게 배열해 보세요.

① tuồng / cực mạnh / thế kỷ XVII, XVIII / vào / phát triển

② Việt Nam / nghệ thuật / tuồng / một / độc đáo / loại hình / là / sân khấu / của

3 빈칸에 들어갈 말로 알맞은 낱말을 골라 쓰세요.

| để | thấy | tỉ mỉ | đơn giản |

Nên dù sân khấu tuồng có đạo cụ _____ nhưng khán giả vẫn có thể hình dung _____ cả núi, sông, lên ngựa, xuống thuyền, v.v.. Trang phục, hoá trang cũng rất _____ và được chú trọng _____ tạo hình nhân vật hoàn chỉnh.

확인학습 정답

1. (1) – b, (2) – e, (3) – d, (4) – c, (5) – a

2. (1) Tuồng phát triển cực mạnh vào thế kỷ XVII, XVIII.
(2) Tuồng là một loại hình nghệ thuật sân khấu độc đáo của Việt Nam.

3. Nên dù sân khấu tuồng có đạo cụ <u>đơn giản</u> nhưng khán giả vẫn có thể hình dung <u>thấy</u> cả núi, sông, lên ngựa, xuống thuyền, v.v.. Trang phục, hoá trang cũng rất <u>tỉ mỉ</u> và được chú trọng <u>để</u> tạo hình nhân vật hoàn chỉnh.

📝 학습한 내용을 생각하며 다음 한국어를 베트남어로 바꿔보세요.

Múa rối nước은 베트남에만 있는 민간 무대 예술 장르 중 하나다. 옛날 북부 평야에서 사당, 절 옆은 보통 호수가 있어, 풍경이기도 하고 múa rối nước을 공연하는 무대가 되기도 하였다. 호수 주변은 관객들이 앉아서 보는 장소다. 수상인형은 나무로 만들어 표면에 방수페인트를 칠한, 매우 가치 있는 민간 조각 작품이다. 대표적인 수상인형극 인물은 익살스러운 chú Tễu다. 수상인형극 음악은 주로 민요를 사용한다. 연기자는 인형을 조종할 때 대나무 발로 관객들과 분리된 무대 뒤쪽 물 속에 (자신의) 몸을 담근다.

_____
_____
_____
_____
_____

Tranh Đông Hồ는 Bắc Ninh성 Đông Hồ 마을에서 기원한 베트남 민간 목판화 계열 중 하나다. 이것은 옛날 농업 사회의 베트남 사람들의 생활을 표현한 그림 계열이다. 그림에서 익숙한 이미지는 쥐 결혼식, 돼지떼, 코코넛 받는 소녀 등이다. Tranh Đông Hồ의 색은 (색을) 섞어 만든 것이 아니라 온전히 자연에서 얻는다. 녹색, 검정, 노랑, 빨강, 이렇게 네 가지 색뿐이다. 사람들은 그림의 포인트와 선호에 따라 짙게 혹은 옅게 색을 칠한다. 오늘날에도 Tranh Đông Hồ는 여전히 유지, 발전되고 있으며, 국가급 무형 문화 유산으로 인정받았다.

Tuồng 또는 hát bội는 베트남의 독창적인 무대 예술 장르 중 하나다. Tuồng은 Lý -Trần 시대에 생겼고, 17, 18세기에 매우 발전했다. Tuồng 예술은 춤사위와 더불어 대사, 노래 방식에 필수 규정이 있다. 특히 공간과 시간은 대사, 노랫말과 춤동작 등에 섞인다. 그래서 tuồng 무대는 간단한 소품만 갖고 있지만 관객들은 산, 강, 말을 타고 배에서 내리는 등을 이미 지화 할 수 있다. 의복, 화장도 매우 세밀하며, 완전한 인물을 만들어 내기 위해 중요시된다.

Bài 13

Âm nhạc Việt Nam

베트남 음악

1. 진군가(Tiến quân ca)
2. 꽌호(quan họ)
3. V-pop

 진군가(Tiến quân ca)

"❶Tiến quân ca" là quốc ca của Việt Nam. Nhạc sĩ ❷Văn Cao (1923-1995) đã sáng tác ca khúc này vào năm 1944. Bài hát ra đời trong ❸cuộc đấu tranh chống Pháp. "Tiến quân ca" có giai điệu hào hùng và ý nghĩa lịch sử đặc biệt.

Từ vựng 단어

quốc ca	국가(國歌)	nhạc sĩ	음악가
sáng tác	작곡하다, 창작하다	ca khúc	가곡, 노래
đấu tranh	투쟁, 싸우다	chống	반대하다, 저항하다
giai điệu	멜로디	hào hùng	용감한, 영웅적인

✏️ 글의 내용을 토대로 다음 질문에 답하세요.

1 "Tiến quân ca" là gì?

_____

2 Ai sáng tác ca khúc này?

_____

3 Bài hát ra đời trong hoàn cảnh nào?

_____

4 "Tiến quân ca" là bài hát như thế nào?

_____

_____

> **본문해석**
>
> "Tiến quân ca"는 베트남의 국가(國歌)다. 음악가 Văn Cao(1923-1995)가 1944년에 이 곡을 작곡하였다. 이 곡은 프랑스에 저항하는 투쟁 속에서 탄생했다. "Tiến quân ca"는 영웅적인 멜로디와 특별한 역사적인 의미를 지닌다.

알아두면 좋은 팁

❶ 비엣밍(Việt Minh – 월맹)의 간부인 부뀌(Vũ Quý)는 Văn Cao를 원래부터 알고 지냈고 Văn Cao가 쓴 곡들을 좋아했답니다. 그래서 1944년 겨울 Vũ Quý는 Văn Cao에게 혁명 활동에서 떨어져나와 월맹군을 위한 행진곡 창작 임무를 수행할 것을 제안합니다. 작품을 완성한 뒤 Văn Cao는 Vũ Quý에게 음악을 들려줬고, 그는 만족해하며, Văn Cao에게 직접 석판에 이 곡을 쓰게 했습니다. 그리하여 이곡은 Văn Cao가 쓴 석판본으로 인쇄되어 1944년 11월 독립신문(báo Độc Lập)의 문예면에 처음으로 실렸답니다.

❷ 음악가이자 시인, 화가, 애국 별동대원이었습니다. 그는 월맹에 들어간 후 Tiến quân ca, Trường ca Sông Lô(Lô 강의 서사시), Tiến về Hà Nội(하노이로 전진) 등과 같이 영웅적인 음색을 갖는 노래를 많이 창작했으며, 항전 음악의 대표적인 음악가가 되었답니다. 그는 베트남 근대음악에 큰 영향력을 미친 음악가들 중 하나이자 찐꽁선(Trịnh Công Sơn), 팜주이(Phạm Duy)와 함께 20세기 베트남 현대 음악의 가장 뛰어난 3명의 음악가들 중 하나로 평가받고 있습니다.

❸ đấu tranh은 '싸우다, 투쟁하다', chống은 '저항하다'라는 뜻으로, đấu tranh chống + 대상으로 써서 '~에 저항하여 (맞서) 싸우다'의 의미입니다. 또한 cuộc은 '많은 사람이 참여하며, 하나의 과정에 따라 일어나는 상황, 상태, 일'을 나타냅니다. cuộc + 동사는 동사를 명사화하는 표현입니다.

정답

1. "Tiến quân ca" là quốc ca của Việt Nam.
2. Nhạc sĩ Văn Cao đã sáng tác ca khúc này.
3. Bài hát ra đời trong cuộc đấu tranh chống Pháp.
4. "Tiến quân ca" có giai điệu hào hùng và ý nghĩa lịch sử đặc biệt.

1 진군가(Tiến quân ca)

Sau khi đánh bại quân Pháp, vào ❶ngày đọc Tuyên ngôn độc lập (02/09/1945), tại ❷quảng trường Ba Đình, ca khúc này đã vang lên trang trọng. Từ khi ❸hai miền Nam – Bắc Việt Nam thống nhất (1975) cho đến nay, vai trò quốc ca của "Tiến quân ca" vẫn không thay đổi.

Từ vựng 단어

đánh bại	물리치다	Tuyên ngôn độc lập	독립선언문
vang lên	울리다, 울려퍼지다	trang trọng	장중한, 엄중한

✏️ **글의 내용을 토대로 다음 질문에 답하세요.**

1 Ngày đọc Tuyên ngôn độc lập là ngày bao nhiêu?

_____

2 Sau khi đánh bại quân Pháp, ca khúc này đã vang lên trang trọng ở đâu?

_____

3 Từ khi hai miền Nam - Bắc Việt Nam thống nhất cho đến nay, vai trò quốc ca của "Tiến quân ca" có thay đổi gì không?

_____

> **본문해석**
>
> 프랑스 군을 물리친 후, 독립선언문 낭독일(1945년 9월 2일)에 Ba Đình 광장에서 이 노래가 장중하게 울려퍼졌다. 베트남 남-북이 통일한 때부터(1975년) 지금까지 "Tiến quân ca"의 국가로서의 역할은 여전히 변치 않았다.

알아두면 좋은 팁

① ngày는 '날, 일'을, đọc은 '읽다'라는 뜻으로, 직역하면 '읽은 날'을 의미합니다. 그런데 독립선언문 같은 경우는 그냥 눈으로만 읽는 게 아니라, 군중 앞에서 소리 내어 읽게 되는데요, 이렇게 소리내서 읽는 걸 '낭독한다'라고 하죠? 베트남어에서는 đọc이 '낭독하다'라는 의미도 가지고 있기 때문에 여기서는 '독립선언문 낭독일'로 이해합니다. 그리고 베트남어 날짜 표기인데요, 우리와는 반대로 일/월/년 순으로 표기합니다. 따라서 본문에 나온 02/09/1945는 1945년 2월 9일이 아닌 1945년 9월 2일을 말합니다.

② 베트남에서 가장 큰 광장으로, 호찌민 묘소가 건설된 곳입니다. 이곳은 베트남의 큰 행사가 있을 때 행진하는 곳으로 쓰이며, 하노이 시민, 관광객들의 관광지이자 산책 장소이기도 합니다.

③ 베트남의 북쪽과 남쪽, 두 지역을 말합니다. '둘'을 의미하는 hai는 생략할 수도 있지만, 베트남 사람들의 언어 습관이므로 써 주는 것이 더 자연스럽습니다. 이와 비슷한 예로 '부부'를 나타내는 hai vợ chồng을 들 수 있는데요, 이는 두 쌍의 부부가 아닌 한 쌍의 부부, 즉 부인과 남편을 뜻합니다.

정답

1. Ngày đọc Tuyên ngôn độc lập là ngày 2 tháng 9 năm 1945.
2. Sau khi đánh bại quân Pháp, ca khúc này đã vang lên trang trọng tại quảng trường Ba Đình.
3. Không, từ khi hai miền Nam – Bắc Việt Nam thống nhất cho đến nay, vai trò quốc ca của "Tiến quân ca" vẫn không thay đổi.

확인학습

1 다음 낱말에 해당하는 베트남어에 선을 그어 연결해 보세요.

① 울리다, 울려퍼지다 •   • a vang lên

② 음악가 •   • b quốc ca

③ 국가(國歌) •   • c lịch sử

④ 물리치다 •   • d nhạc sĩ

⑤ 역사 •   • e đánh bại

2 다음 낱말을 어순에 맞게 배열해 보세요.

① này / sáng tác / được / vào / ca khúc / năm 1944

_____

② "Tiến quân ca" / hào hùng / giai điệu / có

_____

3 빈칸에 들어갈 말로 알맞은 낱말을 골라 쓰세요.

| tại | sau khi | trang trọng | cho đến nay |

_____ đánh bại quân Pháp, vào ngày đọc Tuyên ngôn độc lập (02/09/1945), _____ quảng trường Ba Đình, ca khúc này đã vang lên _____. Từ khi hai miền Nam - Bắc Việt Nam thống nhất (1975) _____, vai trò quốc ca của "Tiến quân ca" vẫn không thay đổi.

확인학습 정답

1. (1) – a, (2) – d, (3) – b, (4) e, (5) – c
2. (1) Ca khúc này được sáng tác vào năm 1944.
   (2) "Tiến quân ca" có giai điệu hào hùng.
3. Sau khi đánh bại quân Pháp, vào ngày đọc Tuyên ngôn độc lập (02/09/1945) tại quảng trường Ba Đình, ca khúc này đã vang lên trang trọng. Từ khi hai miền Nam – Bắc Việt Nam thống nhất (1975) cho đến nay, vai trò quốc ca của "Tiến quân ca" vẫn không thay đổi.

2. 꽌호 (quan họ)

❶ Quan họ là dân ca truyền thống của người Việt ở ❷ vùng Kinh Bắc. Nổi tiếng nhất là quan họ Bắc Ninh. ❸ Có lẽ, quan họ được hình thành do phong tục giao lưu giữa các làng quê ❹ qua lời hát. Vì thế, lối hát đối đáp ❺ qua lại là đặc điểm riêng của quan họ.

Từ vựng 단어

hình thành	형성하다	phong tục	풍속, 풍습
giao lưu	교류, 교류하다	lối	길, 방법, 태도
đối đáp	대답하다, 대화하다	đặc điểm	특징, 특색

✏️ 글의 내용을 토대로 다음 질문에 답하세요.

1 Quan họ là gì?

2 Quan họ nổi tiếng nhất là quan họ ở đâu?

3 Quan họ được hình thành vì lý do gì?

4 Đặc điểm riêng của quan họ là gì?

본문해석

Quan họ는 Kinh Bắc 지역에 사는 베트남 사람들의 전통 민요다. 가장 유명한 것은 quan họ Bắc Ninh이다. 아마도, quan họ는 노랫말로 마을들 간에 교류하는 풍습에 의해 형성된 것 같다. 그렇기 때문에 대화를 주고 받는 노래 방식은 quan họ의 독자적인 특징이다.

알아두면 좋은 팁

① 박닌(Bắc Ninh) 지역의 서정적인 민요로, 풍부한 곡조를 지니고 있습니다. 대개 주고받는 형식으로 노래합니다. 2009년에 UNESCO 무형문화유산으로 지정되었습니다.

② 베트남 북쪽에 위치한 옛 지명으로 오늘날의 박닌(Bắc Ninh)성 전체를 포함하여 수도 탕롱(Thăng Long) 맞은편에 위치한 홍강 북부 지역, 하노이의 잘럼(Gia Lâm), 동아인(Đông Anh), 속선(Sóc Sơn), 흥이엔(Hưng Yên)의 반장(Văn Giang), 반럼(Văn Lâm)과 박장(Bắc Giang)성 남부 지역을 말합니다.

③ 그럴 수도 있다고 생각하는 것에 대해 조심스럽게 긍정하거나 추측함을 나타내는 표현으로 '아마도, 어쩌면'의 뜻입니다. 본문에서는 quan họ가 형성된 원인이 명확하지 않으며, 노랫말로 마을들 간에 교류하는 풍습에 의함이 아닐 가능성도 배제할 수 없다는 점을 나타내기 위해 có lẽ를 썼습니다.

④ 뒤에 언급할 사물, 일이 말한 행동의 수단이거나 매개체 역할을 함을 나타내는 낱말로 '~로, ~를 통해'의 뜻입니다.

⑤ '연속적으로 왔다 갔다하다, 왕래하다, 쌍방향의 성질을 지니고 주고받다' 등을 의미랍니다. 본문에서는 서로 대화를 주고받는, 쌍방향으로 상호 작용이 일어나는 quan họ의 특징을 묘사하기 위한 표현으로 썼습니다.

정답

1. Quan họ là dân ca truyền thống của người Việt ở vùng Kinh Bắc.
2. Quan họ nổi tiếng nhất là quan họ Bắc Ninh.
3. Có lẽ, quan họ được hình thành do phong tục giao lưu giữa các làng quê qua lời hát.
4. Đặc điểm riêng của quan họ là lối hát đối đáp qua lại.

2 꽌호 (quan họ)

Lời hát quan họ thường có chủ đề về ❶tình nghĩa, viết theo ❷thể thơ lục bát hoặc ❸ca dao. Về âm nhạc, phần đầu có tính chất ngâm vịnh nên tiết tấu chậm rãi, ❹phần thân bài là nội dung chính có tiết tấu nhanh hơn.

Từ vựng 단어

chủ đề	주제	tình nghĩa	정의(情義), 사랑
thể thơ lục bát	6·8 운율시	ca dao	민요, 가요
tính chất	성질, 특성	ngâm vịnh	시를 읊다
tiết tấu	리듬, 운율	chậm rãi	느린, 여유있는

✏️ **글의 내용을 토대로 다음 질문에 답하세요.**

1 Lời hát quan họ thường có chủ đề về cái gì?

___

2 Lời hát quan họ thường viết theo thể loại gì?

___

3 Về âm nhạc, tiết tấu thế nào?

___

> **본문해석**
>
> Quan họ 노랫말은 주로 사랑에 관한 주제를 가지고 있으며, 6·8 운율시 또는 가요로 썼다. 음악적인 면에서, 앞 부분은 시를 읊는 성질을 지니고 있어 느린 박자이며, 본론 부분은 주 내용으로, 보다 더 빠른 박자를 갖는다.

> **알아두면 좋은 팁**

❶ **tình**은 '감정, 사람과 사람간의 가까움, 사랑하는 마음, 정(情)'을 뜻하며, **nghĩa**는 '도덕적 관념에 부합하는 충성스러움'을 뜻합니다. 이 두 낱말을 함께 써서 '사람으로서의 도리, 이치에 맞는 한결같은 감정'을 표현합니다.

❷ **thể**는 '특정 규칙을 따라 시, 글을 창작하는 형식'을, **thơ**는 '시'를 뜻하므로, **thể thơ**는 '시의 형식'을 말합니다. 뒤의 **lục bát**은 원래 숫자 '6과' 숫자 '8'을 뜻하는데, 베트남의 시 형식 중 하나입니다. 이름처럼 상행은 6음절, 하행은 8음절로 구성된 시로, 연(짝을 이루는 두 구)의 수는 제한이 없답니다.

❸ 제약없이 노래하는 형식으로 입으로 전해지는 민간 시가로 보통은 쉽게 기억할 수 있고 외울 수 있는 6·8 시의 형태를 따릅니다.

❹ '신체의 몸, 몸통'을 뜻하는 **thân**이 가장 많은 부분을 차지하며, 주요 내용을 담고 있는 중간 부분을 뜻하기도 합니다. 그렇기 때문에 **thân bài**는 곡의 중간부, 본론 부분으로 이해합니다.

✏️ 정답

1. Lời hát quan họ thường có chủ đề về tình nghĩa.
2. Lời hát quan họ thường viết theo thể thơ lục bát hoặc ca dao.
3. Về âm nhạc, phần đầu có tính chất ngâm vịnh nên tiết tấu chậm rãi, phần thân bài là nội dung chính có tiết tấu nhanh hơn.

확인학습

1 다음 낱말에 해당하는 베트남어와 선을 그어 연결해 보세요.

① 성질, 특성 • • a phong tục

② 특징, 특색 • • b đối đáp

③ 풍속, 풍습 • • c đặc điểm

④ 대답하다, 대화하다 • • d tính chất

⑤ 주제 • • e chủ đề

2 다음 낱말을 어순에 맞게 배열해 보세요.

① Bắc Ninh / là / quan họ / nhất / nổi tiếng

② quan họ / do / hình thành / giao lưu / được / lời hát / qua / phong tục / giữa / các làng quê

3 빈칸에 들어갈 말로 알맞은 낱말을 골라 쓰세요.

> hơn   hoặc   lời hát   thân bài

_____ quan họ thường có chủ đề về tình nghĩa, viết theo thể thơ lục bát _____ ca dao. Về âm nhạc, phần đầu có tính chất ngâm vịnh nên tiết tấu chậm rãi, phần _____ là nội dung chính có tiết tấu nhanh _____ .

확인학습 정답

1. (1) – d, (2) – c, (3) – a, (4) – b, (5) – e
2. (1) Nổi tiếng nhất là quan họ Bắc Ninh.
   (2) Quan họ được hình thành do phong tục giao lưu giữa các làng quê qua lời hát.
3. Lời hát quan họ thường có chủ đề về tình nghĩa, viết theo thể thơ lục bát hoặc ca dao. Về âm nhạc, phần đầu có tính chất ngâm vịnh nên tiết tấu chậm rãi, phần thân bài là nội dung chính có tiết tấu nhanh hơn.

3 V-pop

❶V-pop là dòng nhạc đương đại, ❷phổ biến với đại chúng, ❸đặc biệt là giới trẻ. Các ca khúc V-pop được người Việt sáng tác và biên soạn. Ngôn ngữ của các ca khúc chủ yếu là tiếng Việt, nhưng cũng có thể ❹kết hợp với nhiều ngôn ngữ khác.

Từ vựng 단어

đương đại	당대, 현대	đại chúng	대중
biên soạn	편찬하다, 편집하다	kết hợp với	~와 결합하여

📝 글의 내용을 토대로 다음 질문에 답하세요.

1 V-pop là dòng nhạc nào, phổ biến với đối tượng nào?

_____

2 Các ca khúc V-pop được ai sáng tác và biên soạn?

_____

3 Ngôn ngữ của các ca khúc V-pop thế nào?

_____

> **본문해석**
>
> V-pop은 대중, 특히 젊은층에게 잘 알려진 현대 음악이다. V-pop 노래는 베트남 사람이 창작, 편집(편곡)한다. 노래의 언어는 주로 베트남어이지만 수많은 다른 언어들과도 결합할 수 있다.

> **알아두면 좋은 팁**
>
> ❶ Vietnamese pop이라는 영어에 어원을 두고 있으며 **nhạc pop Việt Nam, nhạc trẻ Việt Nam** 또는 **nhạc xanh**이라고도 합니다.
> ❷ **phổ biến**은 '많은 사람들이, 여러 장소에서 자주 겪고, 자주 보이다, 흔하다'의 뜻입니다. 자주 보이니 '보편적이다, 일반적이다, 잘 알려져 있다' 등으로도 해석해 볼 수 있겠죠? 본문에서는 **đại chúng**(대중)이라는 잘 알려져 있는 대상이 있기 때문에 **phổ biến với**로 써서 '~에게 잘 알려져 있다'로 표현합니다. 이때, **với** 대신 **cho**를 써도 됩니다.
> ❸ **đặc biệt**은 '정도, 기능, 성질에 대해 일반적인 경우와는 완전히 다른'의 뜻으로 '특별함'을 나타냅니다. 따라서 **đặc biệt là** ...는 특별하게 여기는 것이 무엇인지에 대해 말하는 표현으로, '특별히/특히 ~(이다)'로 해석합니다. **nhất là**와 동일한 표현입니다.
> ❹ **kết hợp**은 '서로 상호보완을 위해 밀착하다, 붙다'라는 뜻으로, 주로 결합하는 대상이 있으므로 **với**를 함께 쓰고, '~와/과 결합하다'로 해석합니다.

📝 정답

1. V-pop là dòng nhạc đương đại, phổ biến với đại chúng, đặc biệt là giới trẻ.
2. Các ca khúc V-pop được người Việt sáng tác và biên soạn.
3. Ngôn ngữ của các ca khúc V-pop chủ yếu là tiếng Việt, nhưng cũng có thể kết hợp với nhiều ngôn ngữ khác.

3 V-pop

❶ Từ sau năm 2005, âm nhạc Việt Nam đang ❷ hội nhập vào ❸ nền âm nhạc thế giới. Để nhạc V-pop trở nên mới mẻ và đặc sắc, các ❹ ca - nhạc sĩ Việt Nam đang cố gắng phối hợp nhiều yếu tố khác từ nhạc K-pop, Âu - Mỹ, v.v.. Một số ca sĩ V-pop nổi tiếng ở Việt Nam là ❺ Mỹ Tâm, ❻ Sơn Tùng MTP, ❼ Đức Phúc, v.v..

Từ vựng 단어

hội nhập	편입하다, 융화되다	mới mẻ	새로운
đặc sắc	특색, 특색있는	cố gắng	노력, 애쓰다
phối hợp	~을 결합시키다	yếu tố	요소

✏️ 글의 내용을 토대로 다음 질문에 답하세요.

1 Từ khi nào âm nhạc Việt Nam hội nhập vào nền âm nhạc thế giới?

2 Để nhạc V-pop trở nên mới mẻ và đặc sắc, các ca - nhạc sĩ đang làm gì?

3 Những ca sĩ V-pop nào nổi tiếng ở Việt Nam?

본문해석

2005년 이후부터 베트남 음악은 세계 음악에 편입하고 있다. V-pop이 새롭고 특색 있도록 베트남 가수, 음악가들은 K-pop, 유럽 – 미국 등의 음악에서 수많은 다른 요소들을 결합시키려고 애쓴다. 베트남의 유명한 V-pop 가수는 Mỹ Tâm, Sơn Tùng MTP, Đức Phúc 등이다.

알아두면 좋은 팁

① từ(~부터) + sau năm 2005(2005년 이후)로 '2005년 이후부터'라는 표현입니다. sau대신 trước(전, 앞)을 써서 từ trước năm 2005이라고 하면 '2005년 이전부터'라는 표현이 됩니다.

② hội nhập은 '편입하다, 융화되다'라는 뜻으로, 보통 편입하려면 뭔가의 안으로 들어간다는 의미가 내포가 되어있죠? 그래서 '~에 편입하다'라는 표현은 hội nhập vào를 씁니다. vào 대신 với를 쓸 수도 있는데요, 이것 또한 '~와 함께 편입하다'로 이해하면 쉽죠?

③ nền은 사회생활에 기초(토대)가 되는, 또는 인간 활동 중 만들어진 분야를 가리키기 위해 쓰는 낱말입니다. nền văn hoá(문화), nền kinh tế(경제), nền xã hội(사회) 등으로 활용해 볼 수 있습니다.

④ ca sĩ(가수)와 nhạc sĩ(음악가)를 말하므로 ca sĩ và nhạc sĩ로 풀어 쓸 수 있습니다.

⑤ 싱어송라이터이자 영화감독, 배우이며, 'V-pop 여제'로 불립니다. 일찍부터 음악에 두각을 나타냈고, 풍부한 성량과 고음, 감성 충만으로 관객들의 사랑을 받고 있답니다. Mỹ Tâm은 2018년 한국에서 콘서트를 연 최초의 베트남 가수이며, Dường như ta đã(사랑했기에)(2007), Người hãy quên em đi(이럴거였니)(2017)라는 노래를 한국어로 부르기도 했습니다.

⑥ 싱어송라이터이자 랩퍼, 배우로 'V-pop 왕자'로 불립니다. 2017년 Cơn mưa ngang qua(비를 가로질러)(2012)와 Em của ngày hôm qua(어제의 나)(2013) 두 곡으로 유명해지기 시작했답니다. 예명에 대해 설명하자면 Sơn은 '산', Tùng은 '소나무'를 뜻합니다. 즉 Sơn Tùng은 햇빛을 가까이서 맞이하려고 높이 뻗은, 산 위에 자라는 소나무랍니다. 그리고 M-TP는 Music(음악) - Tài năng(재능) 그리고 Phong cách(스타일), 이 세 낱말의 첫 글자를 따온 것이라네요.

⑦ 2015년 The Voice Vietnam의 우승자로 널리 알려진 베트남 가수입니다. Ánh nắng của Anh(너의 햇살)(2016)과 Hơn cả yêu(사랑보다 더)(2020) 등의 노래로 많은 사랑을 받고 있습니다.

정답

1. Từ sau năm 2005, âm nhạc Việt Nam đang hội nhập vào nền âm nhạc thế giới.
2. Để nhạc V-pop trở nên mới mẻ và đặc sắc, các ca – nhạc sĩ Việt Nam đang cố gắng phối hợp nhiều yếu tố khác từ nhạc K-pop, Âu – Mỹ, v.v..
3. Một số ca sĩ V-pop nổi tiếng ở Việt Nam là Mỹ Tâm, Sơn Tùng MTP, Đức Phúc, v.v..

확인학습

1 다음 낱말에 해당하는 베트남어와 선을 그어 연결해 보세요.

① 대중 •　　　　　　　　　　• a ca khúc

② 노래, 가곡 •　　　　　　　• b giới trẻ

③ 새로운 •　　　　　　　　　• c mới mẻ

④ 젊은이, 젊은 세대 •　　　• d phối hợp

⑤ ~를 결합시키다 •　　　　• e đại chúng

2 다음 낱말을 어순에 맞게 배열해 보세요.

① ca khúc / chủ yếu / tiếng Việt / ngôn ngữ / là / của / các

② các / ca khúc V-pop / sáng tác / người Việt / biên soạn / được / và

3 빈칸에 들어갈 말로 알맞은 낱말을 골라 쓰세요.

> để   một số   cố gắng   hội nhập

Từ sau năm 2005, âm nhạc Việt Nam đang _____ vào nền âm nhạc thế giới. _____ nhạc V-pop trở nên mới mẻ và đặc sắc, các ca - nhạc sĩ Việt Nam đang _____ phối hợp nhiều yếu tố khác từ nhạc K-pop, Âu - Mỹ, v.v.. _____ ca sĩ V-pop nổi tiếng ở Việt Nam là Mỹ Tâm, Sơn Tùng MTP, Đức Phúc, v.v..

확인학습 정답

1. (1) – e, (2) – a, (3) – c, (4) – b, (5) – d
2. (1) Ngôn ngữ của các ca khúc chủ yếu là tiếng Việt.
   (2) Các ca khúc V-pop được người Việt sáng tác và biên soạn.
3. Từ sau năm 2005, âm nhạc Việt Nam đang hội nhập vào nền âm nhạc thế giới. Để nhạc V-pop trở nên mới mẻ và đặc sắc, các ca – nhạc sĩ Việt Nam đang cố gắng phối hợp nhiều yếu tố khác từ nhạc K-pop, Âu – Mỹ, v.v.. Một số ca sĩ V-pop nổi tiếng ở Việt Nam là Mỹ Tâm, Sơn Tùng MTP, Đức Phúc, v.v..

💬 **학습한 내용을 생각하며 다음 한국어를 베트남어로 바꿔보세요.**

"Tiến quân ca"는 베트남의 국가(國歌)다. 음악가 Văn Cao(1923-1995)가 1944년에 이 곡을 작곡하였다. 이 곡은 프랑스에 저항하는 투쟁 속에서 탄생했다. "Tiến quân ca"는 영웅적인 멜로디와 특별한 역사적인 의미를 지닌다. 프랑스 군을 물리친 후, 독립선언문 낭독일(1945년 9월 2일)에 Ba Đình 광장에서 이 노래가 장중하게 울려퍼졌다. 베트남 남-북이 통일한 때부터(1975년) 지금까지 "Tiến quân ca"의 국가로서의 역할은 여전히 변치 않았다.

Quan họ는 Kinh Bắc 지역에 사는 베트남 사람들의 전통 민요다. 가장 유명한 것은 quan họ Bắc Ninh이다. 아마도 quan họ는 노랫말로 마을들 간에 교류하는 풍습에 의해 형성된 것 같다. 그렇기 때문에 대화를 주고받는 노래 방식은 quan họ의 독자적인 특징이다. Quan họ 노랫말은 주로 사랑에 관한 주제를 가지고 있으며, 6·8 운율시 또는 가요로 썼다. 음악적인 면에서 앞부분은 시를 읊는 성질을 지니고 있어 느린 박자이며, 본론 부분은 주 내용으로, 보다 더 빠른 박자를 갖는다.

V-pop은 대중, 특히 젊은 층에게 잘 알려진 현대 음악이다. V-pop 노래는 베트남 사람이 창작, 편집(편곡)한다. 노래의 언어는 주로 베트남어이지만 수많은 다른 언어들과도 결합할 수 있다. 2005년 이후부터 베트남 음악은 세계 음악에 편입하고 있다. V-pop이 새롭고 특색 있도록 베트남 가수, 음악가들은 K-pop, 유럽 - 미국 등의 음악에서 수많은 다른 요소들을 결합시키려고 애쓴다. 베트남의 유명한 V-pop 가수는 Mỹ Tâm, Sơn Tùng MTP, Đức Phúc 등이다.

Bài 14

Những điều kiêng kị của người Việt

베트남 사람들의 금기 사항

1. 설날 금기 사항
2. 숫자 관련 금기 사항
3. 사업 금기 사항

1 설날 금기 사항

Người Việt thường ❶nghĩ rằng những ngày đầu năm mới ❷nếu gặp nhiều điều tốt thì sẽ may mắn cả năm và ❸ngược lại. ❹Nên từ xưa trong dân gian có rất nhiều ❺điều kiêng kị trong năm mới.

Từ vựng 단어

| ngược lại | 반대로, 역으로 | kiêng kị | 터부시하다, 금기하다 |

✏️ **글의 내용을 토대로 다음 질문에 답하세요.**

1 Người Việt thường nghĩ về những ngày đầu năm mới thế nào?

---

2 Từ xưa, trong dân gian Việt Nam có điều kiêng kị trong năm mới không?

> **본문해석**
>
> 베트남 사람들은 일반적으로 새해 첫 날에 좋은 일들이 많이 생기면 일년 내내 행운이 가득할 것이고, 그렇지 않으면 그 반대일 거라고 생각한다. 그래서 예로부터 민간에서는 새해에 수많은 금기사항들이 있었다.

알아두면 좋은 팁

❶ **rằng**은 앞으로 언급할 것이 이미 말한 것을 설명하는 내용임을 나타내는 낱말로, tin rằng(~라고 믿다), tưởng rằng(~라고 생각하다), có ý kiến rằng(~라는 의견이 있다) 등으로 활용할 수 있습니다. 그리고 nghĩ는 '생각하다'라는 뜻입니다. 따라서 **nghĩ rằng**은 '~라고 생각하다'로 해석합니다. 참고로, '~에 대해 생각하다'라는 표현은 nghĩ về 또는 nghĩ đến(tới)이라는 것도 알아두세요.

❷ **nếu … thì …**는 가설 또는 조건을 내세워 그로 인해 어떠한 일이 발생함을 나타내는 가정 표현으로, '(만약) ~하면 ~하다'라고 해석합니다. 전제 조건이 이루어졌을 때만이 뒤의 결과가 나타난다는 의미지요.

❸ **ngược lại**는 앞으로 말할 내용 또는 말하고자 하는 바가 이미 말한 것과는 반대의 내용이거나, 대조 관계에 있음을 나타내는 표현입니다. trái lại와 바꾸어 쓸 수 있습니다.

❹ **nên**은 인과관계를 나타내는 표현으로 '(vì) 원인 nên 결과' 형태로 씁니다. 본문에서처럼 원인이 긴 경우는 원인 문장과 결과 문장을 분리하여 쓸 수도 있습니다.

❺ **kiêng kị**는 kiêng과 같은 말로, 풍습, 신앙 또는 미신에 따라 좋지 않은 일이 일어날까봐 꺼려하여 어떤 일을 피하는 것을 의미합니다. 따라서 **điều kiêng kị**는 '금기하는 것, 피하는 것', 즉, '터부, 금기'를 뜻합니다.

✏️ 정답

1. Người Việt thường nghĩ rằng những ngày đầu năm mới nếu gặp nhiều điều tốt thì sẽ may mắn cả năm và ngược lại.

2. Có, từ xưa trong dân gian Việt Nam có rất nhiều điều kiêng kị trong năm mới.

1 설날 금기 사항

Trong ❶ba ngày tết, người ta kiêng đổ rác vì sợ năm mới của cải trong nhà sẽ ❷mất theo. Nên chỉ quét và dồn rác vào một chỗ, qua ba ngày ❸mới dọn đi. Ngày Tết, người ta cũng ❹tránh vay nợ nhau ❺qua giao thừa. Trước khi năm mới đến, phải trả ❻hết nợ của năm cũ. Ngoài ra, nhà ❼nào có tang thì không được đi chúc tết hay đi chơi các nhà khác, chỉ ở nhà đón khách tới thăm.

Từ vựng 단어

đổ rác	쓰레기를 버리다	sợ	두려워하다, 걱정하다
của cải	부, 재산	quét	쓸다, 청소하다
dồn	쌓다, 모으다	tránh	옆으로 비키다, 피하다
nợ	빚, 빚을 지다	tang	상(喪), 초상

✏️ **글의 내용을 토대로 다음 질문에 답하세요.**

1 Vì sao trong ba ngày Tết, người ta kiêng đổ rác? Vì thế người ta làm thế nào?

2 Ngày Tết người ta còn tránh điều gì? Trước khi năm mới đến họ phải làm gì?

3 Nhà nào có tang thì làm thế nào?

본문해석

Tết 3일 동안 사람들은 새해에 집안의 재산을 잃을까봐 쓰레기 버리는 것을 금한다. 그래서 빗질만 해서 한 곳에 쓰레기를 모아두고, 3일이 지나면 그제서야 치운다. Tết에 사람들은 제야가 지나 서로 돈을 빌리는 것도 피한다. 새해가 오기 전, 지난 해의 빚을 청산해야 한다. 그 밖에도 상(喪) 당한 가정은 명절 인사를 하러 가거나 다른 가정에 놀러 가서는 안되며, 집에서 방문 온 손님만을 맞이한다.

알아두면 좋은 팁

❶ 뗏응우옌단의 옛 풍습에 따르면, 1일은 아버지의 뗏(Tết cha), 2일은 어머니의 뗏(Tết mẹ), 3일은 스승의 뗏(Tết thầy)입니다. Tết cha의 cha는 친가(아버지)쪽 친척, 결혼을 한 여성은 시댁쪽 친척을 뜻합니다. Tết mẹ는 외가(어머니)쪽 친척, 결혼을 한 남성은 처가쪽 친척을 뜻합니다. Tết thầy에는 학창시절에 가르침을 주고 꿈에 한 발 더 다가가도록 도움을 준 분께 고마움을 전하러 댁을 방문합니다.

❷ mất은 여전히 존재는 하지만, 더 이상 자신의 소유가 아님을 나타내는 표현으로 '잃다, 잃어버리다'라는 뜻입니다. 뒤의 theo는 '함께 가다, 따라 가다'의 뜻이므로, mất theo는 직역하면 '~와 함께/~를 따라 잃다, 잃어버리다'입니다. 본문에서의 '새해에 집안의 재산을 잃을까 두려워 쓰레기를 못 버린다'는 것은 '쓰레기를 버리게되면 그 쓰레기를 따라 집안의 재산도 잃어버리게 된다'고 생각하기 때문입니다. 따라서 theo 뒤에는 rác(쓰레기)이 생략되어 있다고 이해해야 합니다.

❸ 어떠한 일이나 현상이 늦게 일어남, 그리고 어떠한 시점보다 빠르지 않음을 나타내는 낱말입니다. 본문에서는 3일이 지난 시점이 되어야 치운다는 의미로, 치우는 시점이 늦다는 것과 3일이 되기 전에는 치워서는 안된다는 것을 뜻합니다.

❹ 본문에서는 적극적으로 어떠한 좋지 않은 일이 자신에게 일어나지 않게 함을 나타내는 표현으로 썼습니다. '피하다, 꺼리다, 멀리하다' 등으로 해석합니다.

❺ giao thừa는 섣달 그믐의 밤, 즉 묵은해와 새해의 경계를 뜻합니다. 본문에서는 qua가 특정 시간이 다한 후 어떠한 시간으로 넘어가다라는 뜻으로 썼습니다. 따라서 qua giao thừa는 묵은해의 시간이 다 하고 새해가 된다는 뜻으로 이해해도 좋겠습니다.

❻ '더 이상 남아있지 않다'는 의미로, 본문에서는 지난 해의 모든 빚을 하나도 남김 없이 다 청산한다는 표현을 위해 사용되었습니다. 반대말은 '남아있다'는 뜻의 còn입니다.

❼ 의문사 '어느'의 뜻 이외에도, 집합 명사에 속한 것 중 어떤 것이든 가리킬 때 사용하는 낱말로 '~든지'의 뜻이 있습니다. người nào(누구든지), ngày nào(언제든지), nơi nào(어디든지) 등으로 활용할 수 있습니다.

🖉 정답

1. Trong ba ngày Tết, người ta kiêng đổ rác vì sợ năm mới của cải trong nhà sẽ mất theo. Vì thế người ta chỉ quét và dồn rác vào một chỗ, qua ba ngày mới dọn đi.

2. Ngày Tết, người ta cũng tránh vay nợ nhau qua giao thừa. Trước khi năm mới đến, họ phải trả hết nợ của năm cũ.

3. Nhà nào có tang thì không được đi chúc tết hay đi chơi các nhà khác, chỉ ở nhà đón khách tới thăm.

확인학습

1 다음 낱말에 해당하는 베트남어에 선을 그어 연결해 보세요.

① 빚, 빚을 지다 • • a của cải

② 부, 재산 • • b xưa

③ 연초 • • c đầu năm

④ 옛날 • • d nợ

⑤ 옆으로 비키다, 피하다 • • e tránh

2 다음 낱말을 어순에 맞게 배열해 보세요.

① mới / nếu / điều tốt / cả năm / những / thì / may mắn / sẽ / nhiều / ngày / gặp / đầu năm

② rất / điều kiêng kị / có / trong dân gian / nhiều

3 빈칸에 들어갈 말로 알맞은 낱말을 골라 쓰세요.

| sợ | rác | đón khách | giao thừa |

Trong ba ngày tết, người ta kiêng đổ rác vì _____ năm mới của cải trong nhà sẽ mất theo. Nên chỉ quét và dồn _____ vào một chỗ, qua ba ngày mới dọn đi. Ngày Tết, người ta cũng tránh vay nợ nhau qua _____. Trước khi năm mới đến, phải trả hết nợ của năm cũ. Ngoài ra, nhà nào có tang thì không được đi chúc tết hay đi chơi các nhà khác, chỉ ở nhà _____ tới thăm.

확인학습 정답

1. (1) – d, (2) – a, (3) – c, (4) – b, (5) – e

2. (1) Những ngày đầu năm mới, nếu gặp nhiều điều tốt thì sẽ may mắn cả năm.
(2) Trong dân gian có rất nhiều điều kiêng kị.

3. Trong ba ngày tết, người ta kiêng đổ rác vì <u>sợ</u> năm mới của cải trong nhà sẽ mất theo. Nên chỉ quét và dồn <u>rác</u> vào một chỗ, qua ba ngày mới dọn đi. Ngày Tết, người ta cũng tránh vay nợ nhau qua <u>giao thừa</u>. Trước khi năm mới đến, phải trả hết nợ của năm cũ. Ngoài ra, nhà nào có tang thì không được đi chúc tết hay đi chơi các nhà khác, chỉ ở nhà <u>đón khách</u> tới thăm.

2 숫자 관련 금기 사항

Người Việt Nam có một số điều kiêng kị thú vị liên quan đến các ❶con số. Vào ❷mùa thi, học sinh thường kiêng ăn trứng vì trứng hình tròn, giống số không. Người Việt cũng kiêng chụp ảnh 3 người. Vì số 3 là số ❸gắn với thần linh, người thường ❹nên tránh sử dụng.

Từ vựng 단어

thần linh   신령, 경이로운

✏️ 글의 내용을 토대로 다음 질문에 답하세요.

1 Người Việt Nam có điều kiêng kị liên quan đến các con số không?

_____

2 Vào mùa thi, vì sao học sinh thường kiêng ăn trứng?

_____

3 Vì sao người Việt kiêng chụp ảnh 3 người?

_____

> **본문해석**
>
> 베트남 사람들에게는 숫자와 관련된 재미있는 금기 사항이 있다. 시험 기간에 학생들은 보통 달걀이 둥글고 숫자 0과 비슷하기 때문에 달걀 먹는 것을 삼간다. 베트남 사람들은 3명이 사진 찍는 것도 꺼려 한다. 숫자 3은 신령과 밀접한 숫자이기 때문에 사람들은 보통 사용을 피하는 것이 좋다.

알아두면 좋은 팁

❶ '구체적인 숫자'라는 뜻입니다. 여기서 con은 생물을 나타내는 분류사가 아니라는 점 기억해 주세요.

❷ mùa는 '계절'이라는 뜻 이외에도 매년 어떠한 활동이 일어나는 시간, 기간을 뜻합니다. '시험보다'라는 뜻의 thi와 함께 써서 '시험보는 기간', 즉 '시험 기간'을 의미합니다. mùa 대신 kì를 써도 됩니다.

❸ gắn은 서로 떨어지지 않는 확실한 관계가 있거나 관계를 갖게 한다는 표현으로 '밀접하다'의 뜻입니다. gắn với로 써서 '~와/과 밀접하다'라는 뜻이며, gắn liền với와 비슷합니다.

❹ nên + 서술어 형태로 써서 말하고 있는 것이 좋고, 이익이 있고, 하면 더 좋다는 충고·권고의 뜻을 나타내는 표현으로 '~하는 것이 좋다'의 뜻입니다.

정답

1. Có, người Việt có điều kiêng kị liên quan đến các con số.
2. Vào mùa thi, học sinh thường kiêng ăn trứng vì trứng hình tròn, giống số không.
3. Người Việt kiêng chụp ảnh 3 người vì số 3 là số gắn với thần linh, người thường nên tránh sử dụng.

2 숫자 관련 금기 사항

❶Thêm vào đó, người Việt cũng thường tránh số 7. Vì đọc số 7 theo ❷phiên âm Hán Việt là "thất", nghĩa là mất mát hoặc tổn thất. ❸Tương tự như vậy, đọc số 4 theo phiên âm Hán Việt là "tứ" ❹gần giống như "tử" nghĩa là ❺cái chết. Do đó người Việt tránh dùng số 4, đặc biệt là khi chọn số điện thoại hoặc biển số xe.

Từ vựng 단어

phiên âm	(음성을) 표기하다	mất mát	잃다, 죽다
tổn thất	손해를 입다, 손실	tương tự	마찬가지로, 유사하다
tử	죽다	biển số xe	차 번호판

✏️ **글의 내용을 토대로 다음 질문에 답하세요.**

1 Người Việt thường tránh số 7. Vì sao?

_____

_____

2 Vì sao người Việt tránh dùng số 4?

_____

_____

3 Đặc biệt khi nào người Việt Nam tránh dùng số 4?

_____

_____

> **본문해석**
>
> 거기에 추가로 베트남 사람들은 보통 숫자 7도 피한다. 한 월음으로 숫자 7을 읽으면 "thất"으로 잃거나 손실의 의미이기 때문이다. 이와 유사하게 한월음으로 숫자 4를 읽으면 "tứ"로 죽음을 뜻하는 "tử"와 거의 비슷하다. 그래서 베트남 사람들은 특히 전화번호나 차 번호판을 선택할 때 숫자 4를 사용하는 것을 피한다.

> 알아두면 좋은 팁

① 직역하면 '그것에 덧붙여서, 추가로'라는 의미로, 추가하여 말할 때 씁니다. '게다가, 그밖에, 더구나' 등으로 해석합니다. ngoài ra, hơn nữa, bên cạnh đó 등과 바꾸어 쓸 수 있습니다.

② phiên âm은 다른 언어의 문자 체계를 따라 혹은 특별 기호 체계를 따라 어떤 언어의 어휘를 발음나는대로 표기한 것을 뜻합니다. 따라서 phiên âm Hán – Việt은 한어(한자)를 소리나는대로 베트남어로 표기한 것입니다.

③ '언급된 면에 대해, 그와 같이 거의 비슷하다'라는 의미로, '유사하게, 흡사하게, 마찬가지로' 등으로도 해석 가능합니다. 본문에서는 '앞 문장에 언급한 것과 마찬가지로'의 표현으로 썼습니다.

④ giống은 색깔, 성질, 모양에 대해 서로 비슷한 점, 공통점이 있다는 것을 나타내며, '같다, 유사하다, 비슷하다'의 뜻입니다. 따라서 giống như는 '~와/과 같다, ~처럼'의 비유 표현으로 많이 씁니다. 또한 giống như 앞에 gần(가깝다)을 쓰면 '거의 같다, 거의 유사하다'라는 표현으로 완전히 동일하다고 볼 수 없지만 상당 수준 이상 비슷함, 흡사함을 의미합니다.

⑤ '죽다'라는 뜻의 chết을 명사화 하기 위해 cái를 썼습니다. sự chết이라 해도 됩니다.

✏️ 정답

1. Vì đọc số 7 theo phiên âm Hán Việt là "thất", nghĩa là mất mát hoặc tổn thất.

2. Vì đọc số 4 theo phiên âm Hán Việt là "tứ" gần giống như "tử" nghĩa là cái chết.

3. Đặc biệt khi chọn số điện thoại hoặc biển số xe, người Việt tránh dùng số 4.

확인학습

1 다음 낱말에 해당하는 베트남어와 선을 그어 연결해 보세요.

① 달걀, 계란　　　　•　　　　　　　• a　sử dụng

② 사용하다　　　　•　　　　　　• b　cái chết

③ (음성을) 표기하다　•　　　　　• c　phiên âm

④ 죽음　　　　　　•　　　　　　• d　tương tự

⑤ 마찬가지로, 유사하다　•　　　　• e　trứng

2 다음 낱말을 어순에 맞게 배열해 보세요.

① nghĩa / hoặc / mất mát / là / "thất" / tổn thất

② chọn / số điện thoại / người Việt / số 4 / dùng / khi / tránh

3 빈칸에 들어갈 말로 알맞은 낱말을 골라 쓰세요.

> mùa   không   liên quan   thần linh

Người Việt Nam có một số điều kiêng kị thú vị _____ đến các con số. Vào _____ thi, học sinh thường kiêng ăn trứng vì trứng hình tròn, giống số _____. Người Việt cũng kiêng chụp ảnh 3 người. Vì số 3 là số gắn với _____, người thường nên tránh sử dụng.

확인학습 정답

1. (1) – e, (2) – a, (3) – c, (4) – b, (5) – d
2. (1) "Thất" nghĩa là mất mát hoặc tổn thất. 또는 "Thất" nghĩa là tổn thất hoặc mất mát.
   (2) Khi chọn số điện thoại, người Việt tránh dùng số 4. 또는 Người Việt tránh dùng số 4, khi chọn số điện thoại.
3. Người Việt Nam có một số điều kiêng kị thú vị <u>liên quan</u> đến các con số. Vào <u>mùa</u> thi, học sinh thường kiêng ăn trứng vì trứng hình tròn, giống số <u>không</u>. Người Việt cũng kiêng chụp ảnh 3 người. Vì số 3 là số gắn với <u>thần linh</u>, người thường nên tránh sử dụng.

3 사업 금기 사항

Ở Việt Nam, những người buôn bán kiêng ❶bước ra khỏi nhà bằng chân trái vì sẽ không may mắn. Họ cũng tránh việc không bán được hàng cho người ❷khách đầu tiên vào sáng sớm vì sợ sẽ ế ẩm cả ngày. Nên đôi khi, khách đến lúc cửa hàng mới mở mà không mua gì có thể ❸khiến chủ cửa hàng tức giận.

Từ vựng 단어

buôn bán	장사하다, 무역하다	ra khỏi	~로부터 나가다
ế ẩm	상품이 잘 안팔리는	khiến	시키다, ~하게 하다
cửa hàng	가게, 상점	tức giận	화내다, 짜증나다

✏️ 글의 내용을 토대로 다음 질문에 답하세요.

1 Ở Việt Nam, những người buôn bán kiêng bước ra khỏi nhà bằng chân trái hay chân phải? Vì sao?

_____

2 Họ cũng tránh điều gì khi bán hàng vào sáng sớm? Vì sao?

_____

3 Việc gì có thể khiến chủ cửa hàng tức giận?

_____

> **본문해석**
>
> 베트남에서 장사하는 사람들은 불길하다고 하여 왼발로 집을 나서는 것을 삼간다. 그들은 하루 종일 장사가 되지 않을까 봐 이른 아침 첫 손님에게 물건을 팔지 못하게 되는 일도 피한다. 그래서 때로는 막 가게 문을 열었을 때 온 손님이 아무것도 사지 않아 가게 주인을 화나게 할 수도 있다.

> **알아두면 좋은 팁**
>
> ❶ 베트남 사람들은 일을 하러 가거나 중요한 일을 하러 나갈 때 오른발로 나가야 한다고 합니다. 왜냐하면, 오른발로 나갈 때 모든 일들이 순조롭고 원활하고 쉽게 모든 일이 잘 풀릴 것으로 믿기 때문입니다. 그래서 왼발로 밖에 나가는 걸 꺼려한다고 하네요.
>
> ❷ '이른 아침 (가게의) 첫 손님'이라는 뜻입니다. 베트남 사람들은 이른 아침에 물건을 보러 온 손님이 가격 흥정을 한다거나 물건을 사지 않는다거나 하는 것을 꺼립니다. 그럴 경우 하루 종일 운이 좋지 않고, 장사가 잘 되지 않을거라 생각하기 때문입니다. 마찬가지 이유로, 손님이 환불, 교환하는 것도 좋아하지 않는대요.
>
> ❸ '어떠한 심리, 감정에 작용하다, 반응을 일으키다'라는 뜻으로, '~하게 하다'로 해석합니다.

정답

1. Ở Việt Nam, những người buôn bán kiêng bước ra khỏi nhà bằng chân trái vì sẽ không may mắn.

2. Họ cũng tránh việc không bán được hàng cho người khách đầu tiên vào sáng sớm vì sợ sẽ ế ẩm cả ngày.

3. Lúc cửa hàng mới mở khách đến mà không mua gì có thể khiến chủ cửa hàng tức giận.

3 사업 금기 사항

Người kinh doanh cũng tránh khai trương vào tháng 7 âm lịch. Vì theo quan niệm dân gian, ❶tháng 7 âm lịch là tháng cô hồn, các vong hồn sẽ thoát khỏi địa ngục lên nhân gian. ❷Do đó mà ❸việc buôn bán trong tháng này cũng sẽ trở nên ảm đạm.

Từ vựng 단어

khai trương	개업하다, 개점하다	quan niệm	관념, 관념을 지니다
cô hồn	고독한 영혼	vong hồn	망혼, 영혼
thoát khỏi	탈출하다, 깨나다	địa ngục	지옥
nhân gian	세상	ảm đạm	우울한, 암담한

✏️ **글의 내용을 토대로 다음 질문에 답하세요.**

1 Người kinh doanh tránh khai trương vào tháng mấy?

---

2 Theo quan niệm dân gian, tháng 7 âm lịch là tháng thế nào?

---

3 Theo quan niệm dân gian, việc buôn bán trong tháng 7 âm lịch sẽ thế nào?

> **본문해석**
>
> 사업가는 음력 7월에 개업하는 것도 피한다. 왜냐하면 민간관념에 따르면, 음력 7월은 외로운 영혼의 달로, 영혼들이 지옥을 빠져나와 세상으로 올라온다. 이러한 이유로 인해서 이 달의 장사 또한 암담해질 것이라고 보기 때문이다.

알아두면 좋은 팁

① 고독한 영혼의 달, 불운의 달이라고도 부릅니다. 베트남에서 고독한 영혼을 위한 제를 올리는 것은 오랜 세대에 걸쳐 이어 내려온 전통 심령 신앙입니다. 많은 사람들은 사람이 육체와 영혼이 있고 죽더라도 혼은 계속 존재한다고 믿고 있습니다. 어떤 사람은 환생하고, 어떤 사람은 지옥으로 떨어져 악귀가 되어 인간 세상을 괴롭힙니다. 그렇기 때문에 고독한 영혼을 위한 제를 올려 편안하고, 사업이 순조롭기를 기원한답니다. 이와 같이 고독한 영혼의 달은 행운을 가져다 주지 않기 때문에 결혼식, 여행, 개업 등 중요한 일은 피한다고 합니다.

② 앞서 학습한 바와 같이 do đó는 '그러한 이유로, 그로 인해, 그래서, 그렇기 때문에' 등의 의미입니다. 그리고 mà는 앞으로 언급할 내용이 이미 말한 내용의 결과라는 것을 나타내는 낱말입니다. 따라서 '그러한 이유로 ~과 같은 결과를 가져온다.'의 표현입니다.

③ việc + 동사로 써서 어떠한 행동이나 활동을 명사화(사물화)하는 역할을 합니다. 본문에서는 '사고팔다, 거래하다, 장사하다' 등의 의미인 buôn bán과 써서 '매매, 거래, 장사'라는 표현입니다.

정답

1. Người kinh doanh tránh khai trương vào tháng 7 âm lịch.
2. Theo quan niệm dân gian, tháng 7 âm lịch là tháng cô hồn, các vong hồn sẽ thoát khỏi địa ngục lên nhân gian.
3. Theo quan niệm dân gian, việc buôn bán trong tháng 7 âm lịch sẽ trở nên ảm đạm.

확인학습

1 다음 낱말에 해당하는 베트남어와 선을 그어 연결해 보세요.

① 망혼, 영혼 • • a vong hồn

② 가게 주인 • • b ế ẩm

③ 왼발 • • c nhân gian

④ 세상 • • d chân trái

⑤ 상품이 잘 안팔리는 • • e chủ cửa hàng

2 다음 낱말을 어순에 맞게 배열해 보세요.

① ra khỏi / bằng / may mắn / bước / sẽ / chân trái / nhà / không

② họ / sáng sớm / người khách / việc không bán / tránh / cho / đầu tiên / hàng / vào / được

3 빈칸에 들어갈 말로 알맞은 낱말을 골라 쓰세요.

> lên   trở nên   quan niệm   khai trương

Người kinh doanh cũng tránh _____ vào tháng 7 âm lịch. Vì theo _____ dân gian, tháng 7 âm lịch là tháng cô hồn, các vong hồn sẽ thoát khỏi địa ngục _____ nhân gian. Do đó mà việc buôn bán trong tháng này cũng sẽ _____ ảm đạm.

확인학습 정답

1. (1) – a, (2) – e, (3) – d, (4) – c, (5) – b
2. (1) Bước ra khỏi nhà bằng chân trái sẽ không may mắn.
   (2) Họ tránh việc không bán được hàng cho người khách đầu tiên vào sáng sớm.
3. Người kinh doanh cũng tránh khai trương vào tháng 7 âm lịch. Vì theo quan niệm dân gian, tháng 7 âm lịch là tháng cô hồn, các vong hồn sẽ thoát khỏi địa ngục lên nhân gian. Do đó mà việc buôn bán trong tháng này cũng sẽ trở nên ảm đạm.

💬 학습한 내용을 생각하며 다음 한국어를 베트남어로 바꿔보세요.

베트남 사람들은 일반적으로 새해 첫 날에 좋은 일들이 많이 생기면 일년 내내 행운이 가득할 것이고, 그렇지 않으면 그 반대일 거라고 생각한다. 그래서 예로부터 민간에서는 새해에 수많은 금기사항들이 있었다. Tết 3일 동안 사람들은 새해에 집안의 재산을 잃을까 봐 쓰레기 버리는 것을 금한다. 그래서 빗질만 해서 한 곳에 쓰레기를 모아두고, 3일이 지나면 그제서야 치운다. Tết에 사람들은 제야가 지나 서로 돈을 빌리는 것도 피한다. 새해가 오기 전, 지난 해의 빚을 청산해야 한다. 그 밖에도 상(喪) 당한 가정은 명절 인사를 하러 가거나 다른 가정에 놀러 가서는 안되며, 집에서 방문 온 손님만을 맞이한다.

베트남 사람들에게는 숫자와 관련된 재미있는 금기 사항이 있다. 시험 기간에 학생들은 보통 달걀이 둥글고 숫자 0과 비슷하기 때문에 달걀 먹는 것을 삼간다. 베트남 사람들은 3명이 사진 찍는 것도 꺼려 한다. 숫자 3은 신령과 밀접한 숫자이기 때문에 사람들은 보통 사용을 피하는 것이 좋다. 거기에 추가로 베트남 사람들은 보통 숫자 7도 피한다. 한월음으로 숫자 7을 읽으면 "thất"으로 잃거나 손실의 의미이기 때문이다. 이와 유사하게 한월음으로 숫자 4를 읽으면 "tứ"로 죽음을 뜻하는 "tử"와 거의 비슷하다. 그래서 베트남 사람들은 특히 전화번호나 차 번호판을 선택할 때 숫자 4를 사용하는 것을 피한다.

베트남에서 장사하는 사람들은 불길하다고 하여 왼발로 집을 나서는 것을 삼간다. 그들은 하루 종일 장사가 되지 않을까 봐 이른 아침 첫 손님에게 물건을 팔지 못하게 되는 일도 피한다. 그래서 때로는 막 가게 문을 열었을 때 온 손님이 아무것도 사지 않아 가게 주인을 화나게 할 수도 있다. 사업가는 음력 7월에 개업하는 것도 피한다. 왜냐하면 민간관념에 따르면, 음력 7월은 외로운 영혼의 달로, 영혼들이 지옥을 빠져나와 세상으로 올라온다. 이러한 이유로 인해서 이 달의 장사 또한 암담해질 것이라고 보기 때문이다.

Bài 15

ÔN TẬP 2

복습 2

ÔN TẬP 2

1 빈칸에 들어갈 말로 알맞은 것은?

> Đảo Phú Quốc có _____ hơn 567 km², dài 49 km.

① độ dày
② độ sâu
③ diện tích
④ chiều cao

2 빈칸에 들어갈 말로 알맞은 것은?

> Nếu ngày lễ _____ với thứ bảy và chủ nhật, người dân sẽ được nghỉ bù vào ngày làm việc tiếp theo.

① đôi
② giỗ
③ luật
④ trùng

3 빈칸에 들어갈 말로 알맞은 것은?

> Lời hát quan họ thường có chủ đề về tình nghĩa, viết theo _____ hoặc ca dao.

① nội dung
② kiến trúc
③ phần thân bài
④ thể thơ lục bát

4 빈칸에 들어갈 말로 알맞은 것은?

> Người Việt thường nghĩ rằng những ngày đầu năm mới nếu gặp nhiều điều tốt thì sẽ _____ cả năm.

① đổ rác
② may mắn
③ tức giận
④ tổn thất

5 빈칸에 들어갈 말로 알맞은 것은?

> Vào mùa thi, học sinh thường kiêng ăn trứng vì trứng hình tròn, giống số _____ .

① ba
② bảy
③ mười
④ không

6 다음 한국어에 해당하는 부분을 베트남어로 쓰세요.

> Người con trưởng theo Âu Cơ được 왕위에 오르다 , xưng là Hùng Vương.

7 다음 한국어에 해당하는 부분을 베트남어로 쓰세요.

> Lê Lợi mang chuôi gươm về và lắp lưỡi vào chuôi thì 찍어낸 듯 딱 맞다 .

8 다음 한국어에 해당하는 부분을 베트남어로 쓰세요.

> Tết Trung thu Việt Nam 유래하다, 기원이 있다 từ Trung Quốc.

9 다음 한국어에 해당하는 부분을 베트남어로 쓰세요.

> 의복(복장), hoá trang cũng rất tỉ mỉ và được chú trọng để tạo hình nhân vật hoàn chỉnh.

10 다음 한국어에 해당하는 부분을 베트남어로 쓰세요.

> 기후 ở Đà Lạt dịu mát quanh năm, cảnh quan thiên nhiên rất đẹp.

11 문장의 의미에 맞게 성조를 표기하세요.

> Đôi cat ơ Mui Ne rât đăc biêt.

12 문장의 의미에 맞게 성조를 표기하세요.

> Nang sinh ra cai boc trăm trưng, nơ ra 100 ngươi con trai.

13 문장의 의미에 맞게 성조를 표기하세요.

Cac ngay lê thương găn liên vơi môt sư kiên quan trong cua đât nươc.

14 문장의 의미에 맞게 성조를 표기하세요.

V-pop la dong nhac đương đai, phô biên vơi đai chung.

15 문장의 의미에 맞게 성조를 표기하세요.

Mua rôi nươc la môt loai hinh nghê thuât sân khâu dân gian chi co ơ Viêt Nam.

16 다음을 베트남어로 작문하세요.

Đà Lạt에 갔을 때 빼놓을 수 없는 장소는 Xuân Hương 호수, 기차역 등이다.

17 다음을 베트남어로 작문하세요.

사람들은 그림의 포인트와 선호에 따라 짙게 혹은 옅게 색을 칠한다.

18 다음을 베트남어로 작문하세요.

독립선언문 낭독일에 Ba Đình 광장에서 이 노래가 장중하게 울려 퍼졌다.

19 다음을 베트남어로 작문하세요.

그들은 여러 문화적 활동을 통해 Hùng왕들의 나라를 세운 공을 기린다.

20 다음을 베트남어로 작문하세요.

나는 용 혈통이고, 당신은 선녀 혈통으로, 물과 불이 서로 달라 함께 있을 수가 없소.

Đáp án
정답

정답

제8과 복습 1

```
01. ②   02. ③   03. ③   04. ③   05. ①
06. ①   07. ①   08. ①   09. ②   10. ③
11. ②   12. ④   13. ②   14. ④   15. ①
16. ③   17. ②   18. ④   19. ④   20. ④
```

1. vô cùng은 rất과 마찬가지로 "매우, 대단히, 굉장히" 등의 의미다.

> 베트남 음식은 북부에서 남부까지 매우 다양하고 풍부하다.

① 또, 다시　　② 매우
③ 또한, 역시　④ 아니다

2. 보통 증가/향상하는 현상에는 lên을, 감소/하락하는 현상에는 đi/xuống을 쓴다.

> 베트남에서 자동차 수도 눈에 띄게 증가하고 있다.

① 조금, 적은　　② 감소하다, 줄이다
③ 증가하다, 늘다　④ 내려가다, 내리다

3. quen thuộc은 "익숙하다"라는 형용사이므로 trở nên을 쓴다.

> 노점은 나날이 베트남 사람들에게 익숙해졌다.

① 위
② 개별적인, 사적인
③ ~이 되다 (+ 형용사)
④ ~이 되다 (+ 명사)

4. 순위를 말할 때 , '~번째에 서 있다'라는 표현을 쓴다.

> 2019년 인구 총 조사 데이터에 따르면 베트남은 세계 15위로 인구가 많은 국가이며, 동남아 지역에서는 3위다.

① 회, 차, 번　　② 해, 년도
③ 서다, 일어서다　④ 살다

5. phái đẹp은 직역하면 "예쁜 편/파"로 "여성"을 뜻한다.

> 아오자이는 베트남 여성의 상징이 되었다.

① 여성　　② 남성
③ 가족, 가정　④ 남성과 여성

6. xích lô는 자전거를 개조해 만들었으며, 바퀴가 3개이다.

> 씩로는 세 개의 바퀴가 있고, 인력을 사용하는 교통수단이다.

① 3　　② 2
③ 1　　④ 10

7. là 동사는 'A=B이다' 형태의 문장에서 사용되며, phở는 음식이므로 빈칸에는 món ăn이 들어가야 한다.

> 퍼는 베트남의 전통 음식이다.

① 음식　　② 두 종류
③ 대표적인　④ 소뼈

8. 베트남의 5개의 중앙직속시는 하노이, 호찌민시, 하이퐁, 다낭과 껀터이다.

> 오늘날 베트남에는 58개의 성과 5개의 중앙직속시가 있다.

386 실용 베트남어 읽기 · 쓰기

① 달랏 ② 하노이
③ 하이퐁 ④ 호찌민시

9. '~할수록 더욱 ~하다'의 표현인 càng이 빈칸에 공통으로 들어갈 말로 알맞다.

> 사람들은 바인땟이 둥글수록, 바인쯩이 네모날수록 새해에 더욱 충분하고, 넉넉하며, 성공할 것이라고 믿는다.

① 비록 ~일지라도(tuy ~ nhưng ~)
② ~ 할수록 더욱 ~ 하다(càng ~ càng ~)
③ 즉시, 곧
④ 주로, 주요한

10. 베트남 북부 지역 여성 전통 의상이며, 꽌호와 밀접한 옷은 아오뜨턴이다.

> 아오뜨턴은 베트남 북부 지역 여성의 전통 의상이다. 이 옷은 꽌호 민요 가락과 밀접하다.

① 아오자이 ② 아오바바
③ 아오뜨턴 ④ 셔츠

11. cách은 '먼, 떨어진'의 의미로 'cách + A + 거리'를 써서 'A로부터 ~만큼 떨어져 있다'의 표현이다.

> 할롱은 꽝닌성에 있으며, 수도 하노이로부터 165km 떨어져 있다.

① ~ 에 /에서 ② 떨어진
③ ~ 안에 ④ 대략

12. 2015년 한 통계에 따르면, 응우옌 씨는 베트남 인구의 약 38.4%를 차지하고 있으며, 그 뒤를 이은 성씨가 Trần 씨, Lê 씨, Phạm 씨 순이다.

> 2015년 한 통계에 따르면, 베트남 사람들의 가장 보편적인 성씨는 응우옌 씨다.

① 호 ② 부
③ 응오 ④ 응우옌

13. 뗏에 어린이들이 받는 것은 세뱃돈이다.

> 뗏(설날)에 성인은 붉은 봉투에 돈을 넣어 어르신의 '만수무강을 기원'하기 위해 드리거나, 어린이들에게 '세뱃돈'을 준다.

① 가방 ② 세뱃돈
③ 바인쯩 ④ 생일 선물

14. 아오바바는 베트남 남부의 전통 의상으로 메콩강(구룡강) 삼각주 지역에서 많이 입는다.

> 아오바바는 메콩 델타(삼각주) 지역에서 많이 입는다.

① 산 ② 만(灣)
③ 해변, 바닷가 ④ 삼각주, 델타

15. 여기서 có는 "있다, 갖다(지니다)"의 의미로, mang과 같다.

> 짬족의 언어에 따르면, 다낭이라는 지명은 "큰 강", "큰 강의 문 (입구)" 라는 뜻이 있다.

① 갖다, 착용하다 ② 쉬다
③ 살다 ④ 많은, 다수의

16. '~으로'라는 수단을 나타낼 때 bằng을 쓴다.

> 쌔옴은 오토바이로 사람과 물건을 운송하는 서비스이다.

① 약간　　　　② 그래서
③ ~으로 (수단)　④ 가장 (최상급)

17. đổi A thành B는 직역하면 'A를 바꿔 B가 되다', 즉 'A를 B라고 바꾸다'의 표현이다. 여기에서는 이름을 바꿨기 때문에 "B로 개명하다"라는 뜻이다.

> 사이곤은 베트남 민주 공화국의 초대 주석의 이름을 따서 "호찌민시"로 개명됐다.

① 기다리다　　　② 바꾸다, 교환하다
③ 사다, 구입하다　④ 잊다

18. 자기 자신을 소개할 때 남이 대신해주는 것이 아니라 본인이 직접 소개한다는 의미로 tự giới thiệu라고 한다.

> 누군가를 처음 만났을 때, 우리는 주로 자신을 스스로 소개해야 한다.

① 밖, 이외에
② 얼굴을 대하다, 대면하다, 만나다
③ 명함
④ 스스로 소개하다, 자기 소개하다

19. 베트남 사람의 이름을 구성하고 있는 요소라는 의미로 thành phần(성분)을 쓴다.

> 베트남 사람의 이름은 성씨 + 중간이름 + 이름, 이렇게 세 개의 주 성분으로 구성되어 있다.

① 사용하다, 드시다　② 예, 예를 들어
③ 여성　　　　　　　④ 성분

20. 뗏응우옌단과 음력설이 동일한 명절이므로 '또는, 혹은'으로 연결한다.

> 뗏응우옌단 또는 음력설은 베트남에서 가장 중요한 명절이다.

① 모든　　　　② 와/과
③ 모두, 전부　④ 또는, 혹은

21. Các dân tộc thiểu số sống tập trung ở miền núi và vùng sâu vùng xa.

22. Gạo là vật quý nhất, vì đó là thức ăn nuôi sống con người.

23. Năm 1010, Lý Công Uẩn đã xây dựng kinh đô mới tại Hà Nội ngày nay với tên gọi là Thăng Long.

24. Bánh chưng, bánh tét là một phần không thể thiếu trong dịp Tết của người Việt.

25. Do địa hình cao, không khí Sa Pa mát mẻ quanh năm.

제15과 복습 2

> 01. ③ 02. ④ 03. ④ 04. ② 05. ④

1. Ki lô mét vuông(km²)은 면적을 나타내는 단위이다.

> Phú Quốc 섬은 567km² 이상의 면적으로, 길이는 49km이다.

① 두께 ② 깊이
③ 면적 ④ 높이

2. "겹치다, 중복되다"는 trùng을 쓴다.

> 만약 공휴일이 토요일과 일요일에 겹치면, 국민들은 그 다음 근무일을 추가로 쉬게 된다.

① 쌍, 커플 ② 제삿날
③ 법률 ④ 겹치다, 중복되다

3. hoặc 뒤에 ca dao(가요)라고 창작하는 작품의 장르가 나와 있으므로, 빈칸에도 장르를 써야 한다. 따라서 thể thơ lục bát이 들어갈 말로 알맞다.

> 꽌호 노랫말은 주로 사랑에 관한 주제를 가지고 있으며, 6·8 운율시 또는 가요로 썼다.

① 내용 ② 건축
③ 본론(본문) 부분 ④ 6·8 운율시

4. "행운이 가득하다, 운이 좋다"라는 표현은 may mắn이다.

> 베트남 사람들은 일반적으로 새해 첫날에 좋은 일들이 많이 생기면 일년 내내 행운이 가득할 것으로 생각한다.

① 쓰레기를 버리다
② 행운, 운이 좋다
③ 화내다, 짜증나다
④ 손실, 손해를 입다

5. 달걀이 둥글어서 숫자 0과 비슷하다.

> 시험 기간에 학생들은 보통 달걀이 둥글고 숫자 0과 비슷하기 때문에 달걀 먹는 것을 삼간다.

① 3 ② 7
③ 10 ④ 0

6. lên làm vua / lên ngôi vua / lên ngôi

> Âu Cơ를 따라간 장남은 왕이 되어 (왕위에 오르게 되어) Hùng Vương이라 칭했다.

7. vừa như in

> Lê Lợi가 검의 손잡이를 가지고 돌아와 손잡이에 칼날을 끼우니 찍어낸 듯 딱 맞았다.

8. có nguồn gốc / (được) bắt nguồn

> 베트남의 Tết Trung thu는 중국에서 유래했다.

Đáp án

9. Trang phục / Y phục / Quần áo

> 의복(복장) , 화장도 매우 세밀하며, 완전한 인물을 만들어 내기 위해 중요시된다.

10. Khí hậu / Thời tiết

> Đà Lạt의 기후는 일년 내내 시원하고, 자연 경관이 매우 아름답다.

11. Đồi cát ở Mũi Né rất đặc biệt.

> Mũi Né의 모래 언덕은 매우 특별하다.

12. Nàng sinh ra cái bọc trăm trứng, nở ra 100 người con trai.

> 그녀는 100개 알이 든 자루를 낳았고, 100명의 아들로 부화했다.

13. Các ngày lễ thường gắn liền với một sự kiện quan trọng của đất nước.

> 공휴일은 보통 국가의 중요한 사건과 관련이 있다.

14. V-pop là dòng nhạc đương đại, phổ biến với đại chúng.

> V-pop은 대중에게 잘 알려진 현대 음악이다.

15. Múa rối nước là một loại hình nghệ thuật sân khấu dân gian chỉ có ở Việt Nam.

> Múa rối nước(수상인형극)은 베트남에만 있는 민간 무대 예술 장르 중 하나다.

16. Các địa điểm không nên bỏ qua khi đến Đà Lạt là hồ Xuân Hương, nhà ga, v.v..

17. Người ta tô màu đậm nhạt tuỳ vào sở thích và điểm nhấn trong tranh.

18. Vào ngày đọc Tuyên ngôn độc lập, tại quảng trường Ba Đình, ca khúc này đã vang lên trang trọng.

19. Họ tưởng nhớ công lao dựng nước của vua Hùng qua nhiều hoạt động văn hoá.

20. Ta là giống Rồng, nàng là giống Tiên, thuỷ hoả khác nhau, không ở cùng nhau được.

실용 베트남어 읽기 • 쓰기

2022년 9월 9일 초판 1쇄 인쇄 | 2022년 9월 16일 초판 1쇄 발행

저자 최영란 | **기획** 임영호 | **발행인** 장진혁 | **발행처** (주)형설이엠제이
주소 서울시 마포구 월드컵북로 402 KGIT 상암센터 1212호 | **전화** (070) 4896-6052~3
등록 제2014-000262호 | **홈페이지** www.emj.co.kr | **e-mail** emj@emj.co.kr
공급 형설출판사

정가 25,000원

ⓒ 2022 최영란 All Rights Reserved.

ISBN 979-11-91950-21-2 13730

* 본 도서는 저자와의 협의에 따라 인지는 붙이지 않습니다.
* 본 도서는 저작권법에 의해 보호를 받는 저작물이므로 동영상 제작 및 무단전재와 복제를 금합니다.
* 본 도서의 출판권은 ㈜형설이엠제이에 있으며, 사전 승인 없이 문서의 전체 또는 일부만을 발췌/인용하여 사용하거나 배포할 수 없습니다.

실용
베트남어
읽기 · 쓰기